నవరంగ్

"చిత్రకళా దీపిక"

సమకాలీన సచిత్ర చిత్రకళా సమాచార వేదిక,

Navarang

" Chitrakala Deepika"

Hand Book of Artist Members

by Sri V. Poorna Nanda Sarma

Ist Edition:1000 August 2000

AA000649

రచన :

చిత్రకళాప్రపూర్ణ వెల్లటూరి పూర్ణానందశర్మ,

వ్యవస్థాపక కార్యదర్శి,

నవరంగ్ చిత్రకళానికేతన్

7/2, చంద్రమౌళినగర్, గుంటూరు-7

Price : Rs.100/-

Copies may be had

from Sri V P Sarma, Founder,

Navarang Chitrakala Niketan,

7/2, Chandramouli Nagar,

G U N T U R - 522 007. A P Ph: 240350

D.T.P & Printing :

PRABHALA

-Tech Enterprises Pvt Ltd.,

agarjuna Nagar, Guntur. Ph:323960, 293100

NCN. CHITRAKALA DEEPIKA
(నవరంగ్ చిత్రకళా దీపిక)

జగత్‌శిల్పి

ప్రార్థన

"విశ్వకర్మ సమారంబాం, విశ్వరూపార్య మధ్యమామ్,
అస్మదాచార్య పర్యన్తాం, వన్దే గురుపరంపరామ్"

చిత్రకళకు సంబంధించిన ఈదిగువ శ్లోకంలో రచన ఇలా ఉన్నది. ఇది చాలా ముఖ్యమైన చిత్రకళా నిర్వచనము

"రూపభేదాః, ప్రమాణాని బావలావణ్య యోజనే
సాదృశ్యం, వర్ణికాభంగ ఇతి చిత్రం షడంగకమ్"

రూపాలలో ఉన్న తేడాలు స్పష్టముగా తెలియాలి రూపములోని అవయవాలు వాటి కొలతలకు సరిపోయేలా ఉండాలి రూపంలో భావము ఉండాలి రూపం ఒయ్యారంగా ఉండాలి రూపాలకు వేసే రంగులు అందంగా ఉండాలి ఈ ఆరు అంశాలు ఉన్నదే "చిత్రము" అని అనిపించుకుంటుంది ఈ కల్పన్నే 'చిత్రకళ' అని అంటారు.

'రూపిణీ రూపకర్తాతు కర్తవ్యాస్యాది నిశ్చయః"

శిల్పములను చిత్రములను చేయువాడు సుందరమైన ప్రతిమలను చేయవలెను

'గుణదోషాచ విజ్ఞాయ శిల్పికుర్వీత బుద్ధిమాన్"

బుద్ధిమంతుడగు శిల్పి చిత్రకారుడు గుణదోషముల స్వరూపమును చక్కగా తెలిసి ప్రతిమలను చేయవలయును

మాతామోహం పితా శిల్పీ పుత్రాశ్చం సర్వదేవాతాః

మోహము తల్లియనియు, శిల్పాచార్యుడు తండ్రియనియు, సకలదేవతల విగ్రహాలు, చిత్రాలు పుత్రులనియు తెలియవలయును

ఈ ప్రార్థనా శ్లోకము శిల్పదర్శనము గ్రంధంలో దర్శనాచార్య డా కొండూరి వీరరాఘవాచార్యుల వారు చెప్పారు

CHTRAKALA DEEPIKA

చిత్రకళా దీపిక   రచన: వెల్లటూరి పూర్ణానంద శర్మ

CONTENTS

విషయసూచిక

MESSAGES

Dr. P.R. RAJU, G D Art (MAS)
General Council, Recognition & Grants Committee Member,
Central Lalit Kala Akademi, New Delhi
Advisory Board Member, Lalit Kala Akademi, Regional Centre, Madras
Hon Gen Secretary, Bharatha Kala Parishad, Hyderabad.
President, Art Study Circle& Art Gallery, Hyd
Governing Board Member, South Zone Cultural Centre, Tanjore
70/2RT, Prakasham Nagar,
Opp Begumpet Airport,
Hyderabad - 500 016
Phone 846204

To
Sri V.P. Sarma,
Founder and Secretary,
Navarang
Chitrakala Niketan,
GUNTUR - A P.

Dt 13-12-1996

My Dear
Sri Vellaturi Purnananda Sarma Garu,

The Navarang Chitrakala Niketan, Guntur has been doing excellent work for the promotion of child Art and Art in General for the last 25 years under your able guidance. You have been doing selfless service for creating awareness of Art in the Rural and Urban Public I had been keenly observing the work of Navarang Chitrakala Niketan, Guntur and I am very much impressed with the wonderful work you have been doing through your organisation for the promotion of Art. You are not only a competent Artist, but also an excellent child art promoter My greetings and best wishes to you and the members of your Niketan.

Wish you Best of Luck.

With warm Personal Regards,

(Dr. P.R. RAJU)

Dr. K. RAJAIAH, Artist
Dip. Fine Arts , Hyderabad
Founder & President Lalit Kala Samiti, Siddipet.
Member, All India Fine Arts and Crafts Society, New Delhi
President, Hyderabad Art Society, Hyderabad A P

Raj Kala Bhavan
12-3-190, Nehru Nagar
SIDDIPET - 502 103
Medak Dist. (A.P)
Ph No (08457) 22789
Dt 12-12-96

శ్రీయుత వెల్లటూరి పూర్ణానంద శర్మగారికి
సంస్థాపకులు & కార్యదర్శి
నవరంగ్ చిత్రకళా నికేతన్, గుంటూరు - 7
నమస్కారములు

మీ సంస్థ పక్షాన మెంబర్స్ యొక్క పరిచయ గ్రంధము (చిత్రకారుని కళాకృతులతో పాటు వారి చాయాచిత్రమును, పరిచయమును) ప్రచురించుచున్నందులకు చాలా సంతోషము గత 27 సంవత్సరముల నుండి అఖిల బారత స్థాయిలో బాలల చిత్రకళా ప్రదర్శనలను అలాగే రాష్ట్ర స్థాయిలో ఔత్సాహిక కళాకారుల కళా ప్రదర్శనలు నిర్వహిస్తూ రాష్ట్రమునందు ఒక స్థాయిని నిలుపుకొన్న మహనీయులు - తమరు ఇంత మాత్రమేగాక ఎంతోమంది బాలబాలికలకు విద్యా దానమును, కళా దానమును చేసి గురుపరంపరగాపేరొందిన మిమ్ములను అబినందిస్తూ, మీ కళా సేవను శ్లాఘిస్తున్నాను

అటు సంస్థాగత సేవలు నిర్వహిస్తూ, ఇటు కళారంగమునందు కళాసాధన చేస్తూ మీ ప్రత్యేక శైలితో రాష్ట్రమునందు ప్రముఖ చిత్రకారులుగా నిలిచి నారు మీరు కావించిన సేవకు మన రాష్ట్ర తెలుగు పత్రికాదిపతులు ఎంతో ప్రోత్సాహాన్ని కలుగజేశారు వారిని మనమెపుడు మరువజాలము మీ సంస్థ మునుముందు మూడు పువ్వులు ఆరుకాయలుగా వరిలుతూ ఆంధ్రకళామతల్లి సేవలో మరింత కళాబి వృద్ధి గావించాలని ఆకాంక్షిస్తూ మరోమారు హృదయ పూర్వకంగా అభినందిస్తూ మీ "పరిచయ గ్రంధము" అందంగా పూర్తి అవ్వాలని ఆకాంక్షి స్తున్నాను

మీ సభ్యకళాకారులకి అబినందనలు!

మీ అభిమాని
కె రాజయ్య

సందేశం

B.A. Reddy, Artist
Founder & Patron,
Young Envoys International
139, Kakatiya Nagar
Hyderabad - 8 A P
నవంబరు, 1996

నవరంగ్ చిత్రకళా నికేతన్ పాతికేళ్ళ క్రితం గుంటూరుజిల్లా వెల్లటూరు గ్రామంలో 1969-70 సం॥లో స్థాపించబడినది ఇన్ని సంవత్సరాలుగా బాలలలోనూ, యువతలోనూ పెద్దలలోనూ, దాగివున్న నిగూఢమైన కళాప్రతిభను వెలికితీసి వారు చిత్రించిన అపురూప కళా ఖండాలను ఒకే వేదికపైకి తీసుకుని వచ్చి, వాటిని ప్రద ర్శించి తగురీతిలో ప్రోత్సహించి, తెలుగు కళలకు వెలుగు నిచ్చి అద్వితీయమైన కృషిచేస్తూ వచ్చింది ఈ కళాసంస్థ

ప్రభుత్వమిచ్చిన నామమాత్రమైన ఆర్థిక సహాయంతో ఎక్కువ కార్యక్రమాలను చేయలేని పరిస్థితుల్లో కూడ ఈ నికేతన్ కళాభిమానుల అండదండలతో చేపట్టిన కార్యక్రమాలు అందరి మనసులను ఆకట్టుకొన్నాయి చిత్రకళా రంగంలో పిల్లలకు పెద్దలకు అండగానిల్చి వారిని అత్యధిక బహుమతులతో ప్రోత్సహించిన ఏకైక సంస్థ ఇది

నవరంగ్ చిత్రకళా నికేతన్ ముఖ్యంగా బాలల కళారంగంలో నూతన అధ్యాయాన్ని సృష్టించి వేలాదిమంది బాలలను ప్రోత్సహించి, అనేక సంస్థల స్థాపనకు మార్గదర్శకమైనది. ఈనాడు రాష్ట్రంలో అనేక బాలల కళా సంస్థలున్నప్పటికీ అత్యంత శ్రద్ధతో. క్రమ శిక్షణతో నిజాయతీతో బాలల కళాభివృద్ధికి కృషిచేస్తున్న సంస్థలలో నవరంగ్ చిత్రకళా నికేతన్‌ను ముందుగా పేర్కొనాలి ఈ సంస్థ ఏర్పాటుచేసిన ప్రదర్శనలలో పాల్గొని బహుమతులు పొందిన నాటి బాలలెందరో నేడు ప్రఖ్యాత చిత్రకారులై కళామతల్లికి సేవచేయడం ఈ సంస్థయొక్క నిస్వార్థ కృషి ఫలితమే

ఈ శుభసందర్భంలో నికేతన్ వ్యవస్థాపక కార్యదర్శి, శ్రీ వెల్లటూరి పూర్ణానందశర్మగారు నాటి నుంచి నేటి వరకు నిర్విరామంగా కృషిచేస్తూ ఆంధ్రప్రదేశ్ యొక్క భావికళాకారులకు పునాది వేస్తున్నారు వీరు నిరాడంబరంగా శక్తికి మించిన ఫలితాలను సాధిస్తున్నారు తెలుగు కళామతల్లికి నిస్వార్థంగా తన అత్యంత విలువైన కాలాన్ని వినియోగిస్తున్న నిరంతరం కృషీ వలుడైన మామిత్రుడు శ్రీవెల్లటూరి పూర్ణానంద శర్మ గారికి తెలుగు జాతి ఎంతో ఋణపడి వుంటుంది వీరు సూచించిన బాటలో మరెందరో పయనిస్తూ ఆంధ్రప్రదేశ్ కళారంగాన్ని అద్వితీయంగా తీర్చిదిద్దుతూ ఖండాంతరఖ్యాతి తేగలరని ఆశిద్దాం ఈ చిత్రకళా జీవన ప్రవంతిలో శ్రీ శర్మగారికి అండగా నిలిచిన పెద్దలకు, మిత్రులకు అభినందనలు

పటిష్టమైన పునాదులతో కళాసేవకు అంకితమైన ఈ నికేతన్‌కు ప్రభుత్వం కూడా విశాల ధృక్పదంతో ఆదరించి, ప్రోత్సహించాల్సిన అవసరం ఎంతైనా వుంది ఇక ముందుకూడా నవరంగ్ చిత్రకళా నికేతన్ అనేక గొప్పకార్యక్రమాలను చేపట్టి దిగ్విజయంగా నిర్వహించగలదని ఆశిస్తూ, విశ్వశిసూ మరోసారి ఈ చిత్రకళానికేతన్ సభ్యులైన కళాకారులందరిని ఈ చిరుగ్రంధం ద్వారా వెలుగులోనికి తెస్తున్న మిత్రులు శర్మగారిని అభినందిస్తూ, ఈ సంస్థ సభ్యులైన చిత్రకారులందరికీ కళాంజలులు అర్పించు కొంటున్నాను

ఇట్లు
మీ మిత్రుడు "బాలబంధు"
బి.ఎ. రెడ్డి
చిత్రకారుడు, 139 కాకతీయ నగర్,
హైదరాబాద్-8.

"ఆమ్రపాలి బుద్ధుడు"
"AMRAPALI" (W C)

Dr. SANJIVA DEV
Tummapudi
Guntur Dist.

4-11-96

MESSAGE

Dear Sri Sarmaji,

I delight to learn that you intend to bring out a brief publication containing the art of the members of Navarang Chitrakala Niketan. Indeed I cannot help cordially congratulating you for what you are going to do for the sake of both the enlightenment and refinement of artists and non-artists.

Art and life should proceed like parallel lines, for each other had got its own lights and shadows in their own realms; both are not contradictory to each other but complementary to each other.

Art is not art at all unless humanistic while man is not man unless art-conscious Man is great because he creates art while art is great because it is created by man. Before he created the art he was a man but he became an artist when he created the art.

Similarly art was amorphous prior to its being created by the artist and when it was created it assumed the form of art.

Either to say that art is greater than the artist or vice versa is a sign of lack of discrimination. In fact both are equally great.

Art is not one, art is many, art is painting, art is music, art is poetry, art pottery, art is sculpture, art is dance, art is architecture.

Creation is merely one phase of art while the other phase being the appreciation. The artist creates whereas the connoisseur and the common man appreciate.

Unless there is production there cannot be appreciation. Each producer is a consumer, no doubt but each consumer is not a producer. The greater purpose of art lies not in its being created but in being appreciated.

The present art institution, Navarang Chitrakala Niketan is too well known in the art-world to need any introduction here. Its founder, Sri Vellaturi Purnananda Sarma, who is a reputed painter and a talented art teacher has delightfully dedicated his life to the meritorious acts of both creation and appreciation of pictorial art in our land as well as abrod.

His present begin attempt to spread the golden message of art amidst the people is more than praiseworthy The members of this art institute are talented artists in several aspects of picture making, not merely for the sake of their own enjoyment but also for that of people at large

To render the average man intellectual is a noble deed, no doubt, but it is not enough, he is also to be rendered aesthetic. Then alone human society could live in rational light and emotional delight.

The artists' aspirations ought to be able to assist the humanity in travelling towards this ultimate goal.

Sanjiva Dev
Thummapudi

డా॥ సంజీవదేవ్, డి లిట్
"రసరేఖ'
తుమ్మపూడి
(వయా) దుగ్గిరాల
522 330

ఆశీస్సులు

Dt. 4 - 11 - 96

ప్రియ శ్రీ శర్మగారు

మీరు "నవరంగ్ చిత్రకళా నికేతన్ " సభ్యుల చిత్రరచనలతో ఒక సంక్షిప్త సంపుటి ప్రచురణకు సంకల్పించారని తెలిసినందుకు ఆనందం కళాకారులకూ, కళాకారేతరులకూ విజ్ఞాన వికాసాలు అందించటానికి మీరు తలపెట్టిన ఈ కార్యం కోసం మీకు హార్థికా భినందనలు తెలుపకుండా ఉండలేకపోతున్నాను

కళ - జీవితం అనేవి సమాంతర రేఖలుగా సాగిపోవాలి. ఎందుకంటే అవి రెండూ తమ తమ రంగాల్లోని సొంత వెలుగునీడలతో కూడుకొని ఉంటాయి అవి పరస్పరం వ్యతిరిక్తాలు కావు, సంపూరకాలు మాత్రమే

మానవతా వైఖరి లేని కళ అసలు కళయే కాదు. కళాచైతన్యం లేని మనిషీ మనిషి కాడు

కళాసృష్టి చేస్తాడు కనుక మానవుడు మహనీయుడైతే, మానవునిచే సృష్టించబడుతుంది కనుక కళ కూడా మహనీయమైంది కళాసృజన చేయకముందు తాను కేవలం మనిషి మాత్రమే కళను సృష్టించిన అనంతరం తాను కళాకారుడుగా పరివర్తన చెందేడు అదే విధంగా కళాకారునిచే సృష్టించబడక పూర్వం కళ రూపరహితంగా ఉండిపోయి, సృజనానంతరం కళారూపం దరిస్తుంది!

కళాకారుని కంటె కళ గొప్పదనిగాని, కళాకారుడు కళకంటే గొప్పవాడని కాని చెప్ప బూనటం అవివేకానికి మాత్రమే చిహ్నం అవుతుంది నిజానికి ఉభయులదీ సమానమైన ఔన్నత్యమే

కళ అంటే ఒక్కటి కాదు ఎన్నో? కళ అంటే చిత్రరచన, కళ అంటే సంగీతం, కళ అంటే కవిత్వం, కళ అంటే నాట్యం, కళ అంటే మట నిర్మాణం, కళ అంటే స్థాపత్యం, కళ అంటే భవన నిర్మాణం

సృజన అనేది కళకు కేవలం ఒక పార్శ్వం మాత్రమే. దానికి మరొక పార్శ్వమే కళా ఆస్వాదన కళాకారుడు కళను సృజిస్తే, రసజ్ఞుడూ సామాన్యుడూ దాన్ని ఆస్వాదిస్తాడు.

సృజన లేనిదే ఆస్వాదన ఉండదు ప్రతి ఉత్పాదకుడూ వినియోగదారుడు కూడ అయి ఉంటాడు సందెహం లేదు కాని ప్రతి వినియోగ దారుడూ ఉత్పాదకుడు కాబోడు కళ యొక్క పరమ లక్ష్యం అది సృజించబడటంలోనే గాక ఆస్వాదించ బడటంలోకూడా ఇమిడి ఉంటుంది

ప్రస్తుత కళాసంస్థ "నవరంగ్ చిత్రకళా నికేతన్" తనను గురించి ఎటువంటి పరిచయం అవసరం లేనంతగా కళాజగత్తులో సుప్రసిద్ధత నొందింది

విఖ్యాతచిత్రకారులూ, ప్రతిబా పూర్ణులైన చిత్రకళోపాధ్యాయులూ అయిన శ్రీ వెల్లటూరి పూర్ణా నందశర్మ మన దేశంలోనూ, మనవి కాని దేశాలలోనూ కూడా చిత్రకళా సృజన, కళా ఆస్వాదనలను వ్యాప్తి చేసే మహత్తర కార్యక్రమాలకై తన జీవితాన్ని సంతోషంగా అంకితం చేసుకొన్నారు

ప్రజాబాహుళ్యంలో కళా స్వర్ణ సందేశాన్ని ప్రచురణ పరచే కమనీయ ప్రయత్నం ప్రశంస నీయం కంటే మిన్నయైనది

ఈ కళాసంస్థలోని సభ్యులంతా తమ స్వీయానందం నిమిత్తం మాత్రమే గాక విశేషించి ప్రజానీకం ఆనందం కోసం కూడా బహురీతులలో చిత్రరచన చేయగల నిపుణులైన చిత్రకారులే

సాధారణ మానవుణ్ణి మేధాజీవిగా రూపొందిం చటం మహత్కార్యమే. సందేహం లేదు కాని అది మాత్రమే చాలదు అతణ్ణి రసజీవిగా పరిణతి చెందించాలి కూడ అప్పుడు మాత్రమే మానవ సమాజం హేతువాద కాంతిలో అనుభూతి శాంతితో జీవించటం సాధ్యమౌతుంది

కళాకారుల ఆశయాలు దోహదం కావాలి మానవ జాతి కల్యాణానికి !

Telugu N.R TAPASWI
- (తెలుగునేత . యన్.ఆర్. తపస్వి)

Lonely Woman - (W C) 1994

మాచిత్రకళాసేవ - నిరంతర కృషి
అధ్యక్షుని తొలి పలుకులు.

శ్రీ బట్టు రామకోటయ్య
(రిటైర్డు డ్రాయింగ్ టీచరు)
భట్టిప్రోలు - PO
పిన్ - 522 256
గుంటూరు జిల్లా
ది. 25-4-97

ఆంధ్రప్రదేశ్‌లోనే గాక ఇతర రాష్ట్రములలోని కళాభిమానులకు కూడా మా సంస్థను గురించి, దాని వ్యవస్థాపక కార్యదర్శి, ప్రముఖ చిత్రకారులు అయిన మిత్రులు శ్రీ వెల్లటూరి పూర్ణానంద శర్మగారి కృషి, కళావ్యాసంగాన్ని గురించి వేరుగా చెప్పనవసరంలేదు మా కళాసేవ అందరికీ సుపరిచితమైన విషయమే

శ్రీ శర్మగారు 1951 నుండి వివిధ తెలుగు సచిత్రవార పత్రికల ద్వారాను, ప్రముఖ దైనిక, మాసపత్రికల ద్వారాను వేలాది రేఖాచిత్రాలను, వర్ణ చిత్రాలను ప్రచురించి కళాభిమానులకు అత్యంత సన్నిహితులైనారు ఆయన చిత్రకళోపాధ్యాయుడుగా వెల్లటూరు జిల్లాపరిషత్ ఉన్నత పాఠశాలలో మాతో కలిసి పనిచేశారు. 1968 - 69 నుండి వారు ఈ కళా సంస్థకి పునాది వేశారు అనేక మంది బాలబాలికలకు, యువతీయువకులకు చిత్రకళలో ఉన్నతమైన శిక్షణనిచ్చి వారి చిత్రాలను జపాను, జర్మనీ, రోమ్ మరియు "శంకర్స్" అంతర్జాతీయ పోటీలకిపంపి బహుమతులను సైతం ఆ కాలంలోనే లభింపచేశారు

ఫలితంగా స్థానిక ఉపాధ్యాయులు, తల్లిదండ్రుల సహకారంతో 1970 సంవత్సరంలో ఈ సంస్థను "నవరంగ్ చిత్రకళా నికేతన్" అనే పేరుతో రిజిష్టర్ చేశాము అదే సంవత్సరం ఈ సంస్థను ఆంధ్రప్రదేశ్ లలిత్ కళా అకాడమీ (హైదరాబాదు) వారు గుర్తించారు 1971 నుండి అఖిల భారత స్థాయిలో బాలల చిత్రకళా ప్రదర్శనలను, 1973 నుండి అఖిల భారత యువజన చిత్రకళా ప్రదర్శనములను, ఆ తరువాత కేంద్ర లలిత్‌కళాఅకాడమీ, న్యూఢిల్లీ వారు గుర్తించినప్పటి నుండి (1974) ప్రాంతీయ ప్రౌఢ చిత్రకళా ప్రదర్శనలను క్రమం తప్పకుండా నిర్వహించుతూ వచ్చాము. 1995 ఆగష్టు 15వ తేదీన గుంటూరులో మా రజతోత్సవ చిత్రకళా ప్రదర్శనమును కూడా అత్యంత విజయవంతంగా నిర్వహించుకొన్నాము

1996 సంవత్సరము అమరావతిలో మన సభ్యులైన 15 మంది చిత్ర కళాకారుల సహకారంతో ఆర్టిస్టు క్యాంపును నిర్వహించాము 1997 ఫిబ్రవరిలో న్యూఢిల్లీలో లలిత్ కళా ఎకాడమీ వారు ఏర్పాటు చేసిన 10వ 'రాష్ట్రీయ కళా మేళా"లో మా సభ్యుల చిత్రాలను ప్రదర్శించాము దానికి నేనూ, మన సెక్రటరీగారు, మన సభ్యులైన నలుగురు కళాకారులను రైల్వేకన్సెషన్ మీద తీసుకుని వెళ్లాము అక్కడ ప్రదర్శించబడిన వివిధ రాష్ట్రాలలోని కళా కారులు చేసిన అద్భుత కళాఖండాలను చూసి వచ్చినాము

ఇలా నిరంతర కళాసేవకు అంకితమై యథోచితంగా పురోగమిస్తున్నాము కీ శే చదలవాడ వెంకట సుబ్బయ్య గారు ఈ సంస్థకు ప్రెసిడెంటుగా ఉన్నప్పుడు, అంతకు ముందు కూడ నేను వైస్ ప్రెసిడెంటుగా ఉండి, ఈ సంస్థ కార్యక్రమాలలో ప్రత్యక్షంగా పాల్గొంటూ వారి మరణానంతరం "నవరంగ్ చిత్రకళా నికేతన్"కి తాత్కాలిక అధ్యక్షునిగా సంస్థ పురోభివృద్ధికి కృషిచేస్తున్నాను ఇప్పటికిని మన సంస్థకి 150 మంది చిత్రకారులు, 100 కు పైగా కళాభిమానులు లైఫ్ మెంబర్సుగా చేరియున్నారు కేంద్ర లలిత్ కళా అకాడమీ వారు మన సభ్యులైన కళా కారుల పరిచయ గ్రంథ ముద్రణకు కొంత ఆర్థిక సహాయం చేశారు కొంతమంది చిత్రకారులైన సభ్యులు కూడా ఈ సంపుటి వెలువరించటానికి సహకరించారు అటువంటి వారందరికీ ధన్యవాదములు తెలుపుచూ చిత్రకారులకు "కళాదీపిక" అయిన ఈ చిరు గ్రంధాన్ని మీ ముందు ఉంచుతున్నాము

దీనిపైన మీ అమూల్యమైన సూచనలు, సలహాలు కోరుచున్నాము జైహింద్

ఇట్లు మిత్రుడు

Battu Ramakotaiah
President NCN
(and President A P Art & Craft Teachers Association Bhattiprolu)

Participation in the 10th Rastriya Kala Mela, New Delhi during 1997 with members

ఆదర్శ ఔత్సాహిక చిత్రకారుడు
శ్రీ టి. వెంకట్రావ్, విజయవాడ

'టీవీ'గా అందరికీ తెలిసిన చిత్రకారుడు శ్రీ టి వెంకట రావుగారు. వీరు కార్టునిస్టు లలో ప్రముఖ విశాలాంధ్ర కార్టునిస్టుగానూ చిత్రకారులలో ప్రముఖ చిత్రకారుడుగానూ, ఆర్గనైజర్లలో ప్రముఖ ఆర్గనైజరుగానూ రచయిత గానూ, జర్నలిస్టుగానూ, హేతువాదిగానూ, గౌరవ చిత్రకళ ఉపాధ్యాయుడుగానూ, లలితకళల గురించిన రచయిత గానూ, కళావిమర్శకుడు గానూ మనకందరకూ సుపరిచితులు.

వీరు 1944 లో వీరు ఏలూరు (పశ్చిమగోదావరి) లో జన్మించినారు విశాలాంధ్రలో కార్టునిస్టుగా చేరిన దగ్గర్నుండి (1961) విజయవాడలోనే వుంటున్నారు చిత్ర కళను స్వయంగా నేర్చుకున్నారు ఇంగ్లీషులో లభించిన పలుచిత్రకళా గ్రంధాలే తనకు గురువు లంటారు శ్రీ టీవీ

చిత్రకళలో ఈయన ఆల్‌రౌండర్ కార్టూన్‌లు, అడ్వర్టయిజ్‌మెంట్ డిజైనులు, సినిమా పబ్లిసిటీ డిజైన్‌లు, వాల్‌పోస్టరులు, పుస్తకాల ముఖచిత్రాలు ఇల స్ట్రేషన్‌లు, ఇంక్‌స్కెచ్‌లు, వాటర్‌కలర్ చిత్రాలు, ఆయిల్ కలర్ పెయింటింగ్‌లూ స్మారక చిహ్నాలకు డిజైన్‌లూ, వివిధసంస్థలకు ఎంబ్లమ్‌లు, పోర్ట్రెయిట్‌లూ తదితర రకాల చిత్రములూ వేసిన బహుముఖ ప్రజ్ఞాశాలి జామెట్రీ, పెర్‌స్పెక్టివ్ డ్రాయింగ్‌లలో కూడా అందె వేసిన చెయ్యి

1981 లో విజయవాడ మునిసిపల్ కార్పోరేషన్ వారు ప్రకటించిన ఎంబ్లమ్ పోటీలో పాల్గొని విజయం సాధించారు ఆయన గీసిన డిజైన్ వారి "లోగో" గా ఎన్నికై, వాడుకలో ఉన్నది

1983లో నవరంగ్ చిత్రకళానికేతన్ నిర్వహించిన ప్రాంతీయ ప్రౌఢచిత్రకారుల పోటీలో బంగారు పతకం గెలుచుకున్నారు అంతకు ముందు వరుసగా మూడేళ్ళు ప్రథమ బహుమతులు గెలుచుకున్నారు

ఈయన చిత్రకళా ప్రదర్శనలు చాలాచోట్ల జరిగాయి. విశాఖపట్నం, విజయనగరం, శృంగవరపు కోట, రాజమండ్రి, ఏలూరు తణుకు విజయవాడ తెనాలి, తిరుపతి, నూజివీడు, కొత్తగూడెం, హైదరాబాదు, న్యూఢిల్లీలలో ఆయన చిత్రాలు ప్రదర్శించబడ్డాయి గత పదేళ్ళుగా కొన్ని చిత్రకళా సంస్థలు జరిపే పోటీలకు న్యాయమూర్తిగా వ్యవహరించారు ప్రపంచ ప్రఖ్యాత చిత్రకారుల గురించి తరచుగా పత్రికలలో ఆదివారం పేజీలలో వ్రాస్తుంటారు ఇప్పటికి ఒక 50 వ్యాసాలు రాసి వుంటారు. విశాలాంధ్ర, ఆంధ్రజ్యోతి వార పత్రిక, ఆహ్వానం మాస పత్రికలలో ప్రచురించబడ్డాయి

చిత్రకళా వ్యాప్తికోసం విజయవాడలో శ్రీ టీవీ "అకాడమీ ఆఫ్ క్రియేటివ్ ఆర్ట్సు" 1982 లో స్థాపించారు దానికి ఆయనే ప్రధాన కార్యదర్శిగా ఇప్పటికి ఐదు చిత్రకళా ప్రదర్శనలు నిర్వహించారు

1988 లో సోవియట్ యూనియన్ వారి అంతర్జాతీయ పోస్టరు పోటీలో పాల్గొన్నారు ఆయన వేసిన పోస్టర్ డిజైన్‌లు మాస్కోలో జరిగిన ప్రదర్శనలో ప్రదర్శింపబడ్డాయి 1989 లో ఎపిఎస్ సంస్థ వారిచే ఆహ్వానించబడి రష్యాలో పదిరోజులు పర్యటించారు లెనిన్‌గ్రాడ్ లోని "హెర్మిటాజ్" మ్యూజియంలోని ప్రఖ్యాత చిత్రకారుల పెయింటింగ్‌లు చూశారు

కార్టూన్‌లలోనే గాక పెయింటింగ్‌లలో కూడా "టీవీ' సామాజిక స్పృహ గల చిత్రకారుడు ఈ వ్యవస్థ పరిణామంలో ఉద్భవిస్తున్న సాంఘిక రాజకీయ ఆర్థిక సమస్యలపై స్పందించి చిత్రాలు వేస్తారు. ఈయన చిత్రాలు భావగర్భితంగానూ సందేశాత్మకంగానూ వుంటాయి సమాజం పట్ల చిత్రకారునికి బాధ్యత వుండాలంటారు టీవీ అందుకే 'టీవీ'ని అభ్యుదయ చిత్రకారుడనీ అంటారు

ఎరు ప్రకృతి చిత్రాలను, నైరూప్య పద్ధతిలో కూడా కొన్ని చిత్రాలను చిత్రించారు ప్రజల జీవితాలను శ్రామికుల జీవనాన్ని రియలిస్టు ధోరణిలో చిత్రించారు రాళ్ళు కొట్టే కార్మికులు, రోడ్డు నిర్మాతలు, టింబరు కార్మికులు వగైరా ఎన్నో చిత్రాలు వేశారు ప్రజల సమస్యలను సింబాలిక్ పెయింటింగ్‌లలో చూపారు 'రేపిస్ట్ కిల్లర్' చిత్రంలో అత్యాచారాలను జరిపే వాళ్ళను, వరకట్నాలను "బలిహారం"లో "అస్తమయం"లో ఆకలి చావులను చిత్రించారు

ఈ విధంగా తనదైన శైలిలో 'టీవీ' చిత్రకళకు తెలుగు ప్రజలకు సేవచేస్తున్నారు "నాపై చాలా సామాజిక బాధ్యతలున్నాయి కాబట్టే నేను కమర్షియల్ ఆర్టిస్టుగానో, సినిమా పబ్లిసిటీ ఆర్టిస్టుగానో డబ్బు సంపాదించే యంత్రంగానో మారిపోలేదని" ఆయన గర్వంగా చెబుతారు

అడ్రసు:

శ్రీ టి. వెంకటరావు, చిత్రసూత్ర
మొగల్‌రాజపురం, సున్నంబట్టీల వద్ద,
రమణనగర్. విజయవాడ-10

Sri T. Venkata Rao, Chitra Sutra,
Near: Sunnam Battilu,
Ramana Nagar. Vijayawada-10.

నవరంగ్ చిత్రకళా నికేతన్ మాజీ అధ్యక్షులు, స్వాతంత్ర్య సమరయోధులు

కీ. శే. [illegible]వాడ వెంకటసుబ్బయ్యగారి జీవిత సంగ్రహము

అంకితము

జననము 9-9-1[illegible] గుంటూరుజిల్లా అమృతలూరు మండలంపెదపూడి గ్రామము మహాలక్ష్మిగార్ల జ్యేష్ఠపుత్రుడు. వీరిని 1920వ సంవత్సరములో పెదతండ్రి కృష్ణయ్య రత్నమ్మగార్లు దత్త స్వీకారము జేసికొనిరి 1929 లో వెల్లటూరులో మోటూరు వెంకటరామయ్య, రాజమ్మగార్ల జ్యేష్ఠపుత్రిక కామేశ్వరమ్మ గారితో వివాహము జరిగినది ప్రాథమిక విద్యను పెదపూడిలో పూర్తి చేసిరి తురిమెళ్ళ జార్జి కార్డినేషన్ హైస్కూలులో చదివి ఇంగ్లీషు మీడియంలో SSLC తరగతి పూర్తిచేసిరి 1929 లో మహాత్మాగాంధీ గారు విదేశీ వస్త్ర బహిష్కరణ ఖాదీ ఉత్పత్తి నిధికి గాను దేశ సంచారము చేయుచున్న సందర్భముగా పెదపూడి గ్రామము ఏప్రియల్ నెలలో వచ్చినపుడు ఉత్తేజితులై చందాలు వసూలు చేసి 1130 రూపాయలు వీరి నాన్నగారితో ఇప్పించి వారి ఆశీస్సులను అందుకొనిరి వారి ప్రభావమునకు వీరు తన్మయత్వము జెంది విదేశీ వస్త్ర బహిష్కరణము జేసి, బాపూజీ సిద్ధాంతములను నమ్మి తాను ఆచరిస్తూ ఇతరులను ప్రోత్సహించి స్వాతంత్ర్యమునకు కృషిజేసిరి

పెదపూడి గ్రామమందు సొంత ఖర్చుతో వేణుగోపాలస్వామి ఆలయములో "రుక్మిణీ సత్యభామల" విగ్రహములు ప్రతిష్ఠజేసిరి 1934 నుండి 1938 వరకు గాంధీ, బోసు, నెహ్రూ, రంగా విగ్రహములు సిమెంటు పోత పోయించి ఒక్క కళాకారుని పోషించి గ్రామస్తులకు ఉచితముగా పంచిపెట్టిరి 1938 నుండి బందరు లో కీ.శే మాజీ మంత్రివర్యులు శ్రీ వడ్డెరంగారావుగారితో కలసి "దయాల్‌బాగు స్టోర్సు" పెట్టి స్వదేశీ వస్తువులు ప్రజలకు విపులముగా అందజేసిరి ఆంధ్రరాష్ట్ర కాంగ్రెస్ సారధి కీ శే గొట్టిపాటి బ్రహ్మయ్యగారి ఆశీస్సులు పొందిరి. 1942 క్విట్ఇండియా మూమెంట్‌లో పాల్గొని అనేక కష్టనష్టములకు లోనయిరి. 1946 నుండి 1980 వరకు వీరు దత్త తండ్రి కట్టించిన భోజనవసతి కల్పించిన ధర్మసత్రం మెనేజ్‌మెంటు చేసిరి 1950 నుండి 1955 వరకు పంచాయితీ ప్రెసిడెంటుగా పనిచేసి హరిజనులకు మంచినీటి బావి వసతులు లెట్రిన్సు, కరెంటు వగైరాలు నిర్మించి హరిజనోద్యమమునకు కృషిసల్పిరి 1950లో [illegible]త్రినపల్లి సాదువమ్మగారి [illegible]రల్ హైస్కూలునకు [illegible] [illegible]గుంటూరి సూర్యకుమారిని తీసుకొని వచ్చి నాటకచ్చేరి పెట్టించి మూడు వేలు వసూలు చేసి ఇచ్చిరి బెజవాడ స్త్రీల కళాశాలకు తెనాలిలో స్థాపకం వెంకటస్వామి నాయుడుచే కచ్చేరి చేయించి పదివేలు వసూలుచేసి కమిటీకి ఇచ్చిరి 1956 నుండి 1966 వరకు ప్రైవేట్ వర్కర్స్ యూనియన్‌కు ఏకగ్రీవంగా ప్రెసిడెంటుగా ఎన్నుకొనబడి వారి జీతబత్యములు వసతులకు తోడ్పడిరి 1952లో పెదపూడిలో శ్రీ కిల్లారు చంద్రమౌళిగారి సత్యాగ్రహ విజయస్తూపము 50 అడుగుల ఎత్తున నిర్మించి దాని మీద అశోక విగ్రహము, జెండా ప్రతిష్ఠ చేయించిరి 1956 లో పెదపూడి ఓరియంట్ హైస్కూల్ భవన నిర్మాణమునకు 30 సెంట్లు స్థలమును విక్రయము చేసిరి హైస్కూల్ వర్కింగ్ కమిటీ మెంబరుగాను, ప్రెసిడెంటుగాను, సేవచేసి యున్నారు 1959 లో పెదపూడి గ్రామమహిళ సంఘం స్థాపించి అంబరు చర్కాలు ఒకతూరి 30, రెండవతూరి 40 రాట్నాల ట్రైనింగ్ ఇప్పించి తనూ గాంధీజి ప్రశంశలు అందుకొనిరి 1974 లో హరిజనవాడలో 6 అడుగుల బావిని దాన పత్రమును వ్రాసియిచ్చిరి 1989 జనవరి 26వ తేదీన స్వాతంత్ర్య సమరయోధునిగా గుర్తించి ప్రభుత్వము "తామ్రపత్రము" ఇచ్చి సత్కరించిరి 1989 జనవరిలో నవరంగ్ చిత్రకళా నికేతన్ సంఘమునకు ఏకగ్రీవంగా ప్రెసిడెంటుగా ఎన్నుకొనబడిరి మే నెల 25వ తేదీన పద్మభూషణ ప్రముఖ స్వాతంత్ర్య సమరయోధుడు శ్రీ వావిలాల గోపాల కృష్ణయ్య గారిచే ఎగ్జిబిషన్ ఓపెన్ చేయించి, వారిచే విజేతలైన కళాకారులకు బహుమతులు ఇప్పించి, పద్మభూషణ్ గోపాలకృష్ణయ్య గారిని దుశ్శాలువాతో సన్మానము గావించితిరి. 1991 ఆగష్టు పూర్వపరిచితులు గౌరవనీయులైన మన ప్రధాన మంత్రి శ్రీ నరసింహారావు గారిని ఢిల్లీలో వారి స్వగృహంబున కలసి వారి ఆశీస్సులు పొందిరి 1992 జులై 19వ తేదీన పెదనందిపాడులో పర్వతనేని వీరయ్యచౌదరి విగ్రహ ఆవిష్కరణ సందర్భంగా అప్పటి సెంట్రల్ గవర్నమెంట్ న్యాయశాఖా మాత్యులు గౌరవనీయులు శ్రీ కోట్ల విజయ భాస్కరరెడ్డిగారిచే ఘనంగా సన్మానము పొందిరి 1992 ఆగష్టు 9వ తేదీన జిల్లా కలెక్టరుగారి ద్వారా గౌరవనీయులు మంత్రి శ్రీ జానీగారిచే సన్మానము పొందారు 1992 ఆగష్టు 15 వ తేదీన భట్టిప్రోలు హైస్కూలు కమిటీ ప్రెసిడెంటు పులిగొండ శ్రీ రాదాకృష్ణమూర్తిగారిచె సన్మానము పొందిరి

నేటి ఆంధ్రచిత్రకళలో అగ్రగణ్యులు

శ్రీ. బి.ఎ. రెడ్డి

" కృషితో నాస్తి దుర్భిక్షమ్" అన్నారు మన పెద్దలు సాధన లేనిదే ఏ కళాకారుడు రాణించ లేడు. పట్టుదలకి జిజ్ఞాసకి నిరంతర ఆవగాహన కాలాను గుణమైన మార్పులను తన సాధనతో విలీనం చెసుకొగల ధృడవిశ్వాసం, తన కళతో విద్యార్థుల సృజనాత్మకతను మెల్కొల్పగల ఆదర్శ చిత్రకళోపాధ్యాయులు, నవతరం ఉత్తమ ఆంధ్రకళాకారుడు శ్రీ బి.ఎ రెడ్డిగారు

శ్రీబొమ్మారెడ్డి అప్పిరెడ్డిగారు తను పుడుతూనే ఇంటిపేరులోని బొమ్మలను సార్థకం చేసుకొన్నారు. కృష్ణాజిల్లా పామర్రులో 1940 లో ఒక సామాన్య రైతు కుటుంబంలో జన్మించారు తండ్రిగారు వ్యవసాయంతో బాటు ఫొటోగ్రఫిని ప్రవృత్తిగా స్వీకరించారు గనుకనే 'చిత్రకళ' లోని విశిష్టతను గుర్తించి సెకండరీ విద్య పూర్తికాగానే కీ.శే కొప్పాడ వేణు గోపాల్ గారి వద్ద చిత్రలేఖనం నేర్చుకోటానికి వీరిని చేర్పించారు వారి వద్దనే శిక్షణ పొందుతూ ఆంధ్రప్రదేశ్ ప్రభుత్వ సాంకేతిక చిత్రకళా డిప్లమోను పొందారు

శ్రీ రెడ్డిగారు యవ్వనములో చిత్రకళొపాధ్యాయవృత్తిని స్వీకరించి స్వయంకృషితో చిత్రకళలోని మెళుకువలను స్టడీచేసి జానపద చిత్రకళలో తొలుత పరిణితి చెంది శ్రీపైడిరాజు శ్రీ కె రాజయ్యగారి వంటి సుప్రసిద్ధ జానపద చిత్రకారుల చేత "శభాష్" అనిపించుకన్నారు. అనేక ఊహా చిత్రాలను వేసి పత్రికలకు పంపి, ఎగ్జిబిషన్‌లకి పంపి ఒక ఉత్తమ చిత్రకారుడిగా రెడ్డిగారు నిలబడి అనేకమంది ప్రముఖ చిత్ర కళాబిమానులచే ఆకర్షించబడినారు ఆయన స్వయము కృషితో ఆగ్రా యూనివర్శిటీ నుండి పట్టభద్రులైనారు శ్రీరెడ్డిగారు ఆంధ్ర ప్రదేశ్‌లొనేగాక దేశ రాజధానిలో కూడ తమ స్వీయచిత్రకళా ప్రదర్శనలను నిర్వహించారు వీరు వేసిన చిత్రకళారాజాలు దెశంలోని వివిధ మ్యూజియమ్స్‌లోను, కళాభిమానుల భవంతులలోను దర్శనం ఇస్తున్నాయి శ్రీరెడ్డిగారు ప్రస్తుతం హైదరాబాద్ లోని గోల్కొండ కేంద్రీయ విద్యాలయంలో చిత్రకళోపాద్యాయులుగా పని చేస్తున్నారు

అద్యాపకులుగా కూడా అనేక ఉన్నత శిఖరాలను అదిరోహించారు జాతీయ స్థాయిలో రాష్ట్రపతిచే ఉపాధ్యాయ అవార్డును గ్రహించి, చిత్రకళోపాధ్యాయులకు గర్వకారణంగా నిలబడినారు అనేక అంతర్జాతీయ అవార్డులను ఎన్నింటినో శ్రీరెడ్డి గారు గ్రహించారు సోవియట్ లాండ్ నెహ్రూఅవార్డ్‌ను, పోలెండ్, మాస్కో, హంగేరియన్ అవార్డును, ఇటీవల ఫిన్‌లాండ్ వారి గోల్డుమెడల్‌ను డిప్లమో ఆఫ్ ఆనర్‌ను, సంస్కార భారతి పురస్కారమును, ఆంధ్ర ప్రదేశ్ బాలల ఎకాడమీ నుండి 'బాల బంధు' అవార్డును అందుకున్నారు

శ్రీ రెడ్డిగారు తమ చిత్రకళకు బెర్‌హంపూర్ లోని గంజామ్ జిల్లా డ్రాయింగ్ టీచర్ అసోసియేషన్ వారి అఖిలభారత చిత్రకళాప్రదర్శనలోను మరియు భారతకళా పరిషత్, హైదరాబాద్ వారి స్వర్ణపతకాన్ని, సోవియట్ లాండ్‌వారి గోల్డుమెడల్‌ను కాళిదాస్ సమారోహ్ వారి శ్రేష్ఠ పురస్కారాన్ని, ఆంధ్రప్రదేశ్ లలిత కళా ఎకాడమీ అవార్డును పొందారు

వీరు మైసూరు చిత్రకళ పరిషత్ అవార్డును దసరా చిత్రకళోత్సవ ప్రదర్శన అవార్డును మహాకోశల కళాపరిషత్ అవార్డును అమృత్‌సర్ ఇండియన్ అకాడమీ అవార్డును, నాసిక్ కళానికేతన్ అవార్డును, ఆంధ్రప్రదేశ్ ఆర్టిస్టు కౌన్సిల్ అవార్డును, హైదరాబాద్ ఆర్టు సొసైటీ అవార్డును అందుకున్నారు శ్రీ రెడ్డి గారి చిత్రకళా చరిత్రను తెలుగు విశ్వవిద్యాలయం వారు ఒక చక్కని గ్రంధంగా కూడా ప్రచురించారు న్యూఢిల్లీలోని భారత ప్రభుత్వంవారి చిత్రకళా పరిశోధనకి సీనియర్ ఫెలోషిప్ కూడా పొందారు

వీరి చిత్రకళా శిక్షణలో అనేక వేలమంది విద్యార్థులు సోవియట్‌లాండు అవార్డులు జపాన్ అవార్డులను ఇటలీ కామనువెల్త్ కొరియా ఫిన్‌లాండ్ అర్జంటైనా, హంగేరి, ఫిలిప్పైన్స్ శంకర్స్ ఇంటర్‌నేషనల్ అవార్డులను పొందగలిగి నారు శ్రీరెడ్డిగారు హైదరాబాద్ యంగ్ ఎన్వాయిస్ ఇంటర్‌నేషనల్ సంస్థను స్థాపించారు. ఆర్టుడైవ్ అనే త్రైమాసిక చిత్రకళా సచిత్ర పత్రికను ప్రచురించుచున్నారు

శ్రీరెడ్డిగారు సహృదయులు, స్నేహశీలి, తోటికళాకారుల ప్రతిభను, నైపుణ్యాన్ని గుర్తించి ప్రోత్సహించగల సహృదయులు, చిత్రకళలో పరిణితి చెందిన వీరు మన ఆంధ్రులందరికి గర్వకారణం

అడ్రసు

Sri. B.A. Reddy, ARTIST
Srujana Building.
139. Kakatiya Nagar.
Hyderabad - 500 008

చిత్రకళా గురువులు
శ్రీ పణితపు నాగేశ్వరరావు గారి ప్రతిభ

శ్రీ పణితపు నాగేశ్వరరావు గారు ప్రముఖ చిత్రకారులు స్నేహశీలి, మంచి ఆర్టిస్టు వీరి స్వగ్రామము, తెనాలి తాలూకా పంచానన శిల్పులకు ఆవాలమైన, పాంచాలవరం గ్రామములోజన్మించారు తల్లి అన్నపూర్ణమ్మగారు, తండ్రి వాస్తుదైవజ్ఞ సంస్కృత పండితులు శ్రీ పణితపు లక్ష్మీకాంతయ్యగారు. చిన్న తనము నుండియే వీరికి చిత్రలేఖనాభిలాష కల్గినది

వీరు 1953వ సంవత్సరము నుండి డ్రాయింగ్ ఇన్స్టిట్యూట్ ప్రారంభించి ఇప్పటివరకూ దాదాపు వంద మందిని ఆర్టిస్టులుగానూ, డ్రాయింగ్ మాస్టర్లుగానూ తయారుజేసియున్నారు వీరు అనేక రేఖా, తైల, నీటి, వర్ణముల చిత్రములు వేశారు వివిద ప్రముఖ దిన, వార, మాస పత్రికలయందు అవి ప్రచురించడం జరిగినది 1978 మార్చి 25 నాటి ఆంధ్ర ప్రభ డైలీ వీరిని గురించి వ్రాస్తూ, ఎందరో చిత్రకారులను తీర్చిదిద్దిన కళాస్రష్ట అని పేర్కొన్నది అలాగే 1979 ఏప్రిల్ 8 నాటి విశాలాంధ్ర డైయిలీ పేపరు వీరిని ఆదర్శ చిత్రకళోపాధ్యాయునిగా ఉటంకించినది 1980లో సెప్టెంబరు 5న గుంటూరు జిల్లా కలెక్టర్ రాంబాబు గారు, వీరిని ఆదర్శ చిత్రకళోపాధ్యాయునిగా గుర్తించి సన్మానించారు నర్సరావుపేట నుండి వెలువడే "విశ్వశిల్పి" అనే మాసపత్రిక వీరిని చిత్రకళా ప్రపూర్ణ బిరుదుతో గౌరవించినది 1978 ఫిబ్రవరి 12 న ఆంధ్రజ్యోతి దినపత్రికలో వీరిని చిత్రకళలోనూ, చాయా చిత్రకళ లోనూ సిద్ధహస్తులు అని వ్రాయడం జరిగింది 1950 లో గుంటూరు జిల్లాపరిషత్‌లో డ్రాయింగ్ మాస్టర్‌గా ప్రవేశించినారు 1954 లో బొమ్మలతో 'బ్రహ్మంగారి జీవిత చరిత్ర" ప్రధమ ముద్రణ వేయించి యున్నారు 1974లో "విశ్వశిల్పి" మాసపత్రిక సంపాదకులు శ్రీ చిర్రావూరి నాగభూషణాచార్యులు గారు ఏర్పాటుజేసిన కవి, పండిత, శిల్ప, గాయక చిత్రకారుల సన్మాన సభలో అప్పటి విద్యాశాఖామాత్యులు గౌరవనీయులు శ్రీ మండలి వెంకట కృష్ణారావుగారు వీరిని సన్మానించ డము జరిగినది వీరు మంచి ఫోటోగ్రాఫరే గాక రచయిత కూడా. విరు తీసిన అనేక ఛాయా చిత్రములు ప్రముఖ పత్రికలలో ప్రచురించబడి ఉన్నాయి 1977 లో నవరంగ్ చిత్రకళానికేతన్ వెల్లటూరు వారిచే సన్మానము పొందినారు 1978 ఫిబ్రవరిలో ఢిల్లీలో జరిగిన ఆర్టిస్టుల క్యాంపుకు తెనాలి శిల్పకళా పరిషత్ ప్రతినిదిగా పాల్గొని ఢిల్లీ వెళ్ళినారు ఆ చుట్టుపక్కల గల చారిత్రాత్మక స్థలాలు సందర్శించి దాదాపు 600 ఫొటోలు తీసుకు వచ్చారు అవన్నీ వ్యాసములతో సహ వివిధ పత్రికలలో ప్రచురించడం జరిగినది

వీరు వ్రాసిన సీరియల్ "ఫాహియాన్ భారత యాత్ర" ఆంధ్రప్రభ ఆదివారం సిరియల్‌గా ప్రచురించ బడినది ఈ విదముగా యిప్పటికి వీరికి జరిగిన సన్మానములు దాదాపు 25 దాకా ఉన్నాయి అటువంటి అనుభవజ్ఞులైన వీరు దాదాపు 30 సంవత్సరముల అనుభవంతో డ్రాయింగ్ విద్యార్థులను తయారుచేస్తారు

వీరి ధర్మపత్ని, శ్రీమతి జయశ్రీగారు చక్కని గ్లాస్ పెయింటింగ్ కళాకారిణి ఇప్పటికి ఈదంపతుల చేతుల మీదుగా తయారైన గ్లాస్ పెయింటింగ్స్ అనేక వేలు! ఆంధ్రదేశములో ఎటు వెళ్ళినా వీరి గ్లాస్ పెయింటింగ్స్ దర్శనమిస్తూనె ఉంటాయి విశాలాంధ్ర దినపత్రిక వనితాజ్యోతి, వనితా మొదలగు పత్రికలు జయశ్రీగారిని గురించి వారి కళా నైపుణ్యమును గురించి చక్కగా ప్రచురించియున్నారు

ఈ పుణ్య దంపతుల పంటగా ఒకే ఒక్క ఆడపిల్ల జన్మించినది పేరు చి॥ విజయకుమారి ఈమె తండ్రినే మించిన తనయ అనిపించుకొంటున్నది. యీమె వేసిన ఆయిల్ పెయింటింగ్స్ "రాజేశ్వరీ" అమ్మవారు, "నందీశ్వరుడు", "భువనేశ్వర శిల్పము", "ప్రేమలేఖ" మొదలైనవి వేశారు 17-3-1993లో హైదరాబాదులో యంగ్ ఎన్వాయిస్ ఇంటర్నే షనల్ వారు నిర్వహించిన పెయింటింగ్ పోటీలో యీమె వేసిన "మాయాదేవి స్వప్నము" అను వాష్ పెయింటింగ్‌కు గోల్డు మెడల్ రాగా దానిని డా॥ సి నారాయణరెడ్డి గారి ద్వారా యిప్పించుట జరిగినది ఈమె కూడా తండ్రి వలెనే అనేకానేక పెద్దపెద్ద ఆయిల్ పెయింటింగ్స్ వేస్తూ అనేక మంది ప్రముఖుల మన్ననలను పొందుచున్నారు

ప్రస్తుతం యీ ఆర్టిస్టులు ఆంధ్రా ప్యారిస్ తెనాలిలోనే స్థిరనివాస మేర్పరచుకొని గ్లాస్ పెయింటింగ్ చేస్తూ డ్రాయింగ్ ఇన్స్టిట్యూట్ నడుపుతూ సుఖజీవితం గడుపుచున్నారు

శ్రీ పి. నాగేశ్వరరావు, ఆర్టిస్టు
జయశ్రీ గ్లాస్ పెయింటింగ్సు & ఆర్టు ఇనిస్టిట్యూట్
మార్కండేయవీధి, సాలిపేట, తెనాలి, గుంటూరు జిల్లా

Sri P. Nageswara Rao, Artist
Jayasri Glass paintings & Art Institute,
Markendeya Veedhi, Salipet,
Tenali, Guntur (Dt) A P.

Art holds a mirror to beauty Art contributes and enhances the joy of man There will be none in the world who could not appreciate things of beauty Things which are ignored by common man catch the attention of the artist He not only enjoys the taste of beauty of such things but also creates beautiful pictures to get joy to fellow human beings This is the aim of creativity Drawing, painting and sculpture fill in these categories The eye of the artist catches the beautiful things and pigments on the canvas in such an angle that thrills the art lover Unless the artist experiences the feeling of beauty, he cannot pass it on to the viewers

In this way so many great artists exhibit their talents through journals and by holding display in

art exhibitions For organisings and such art exhibitions both Governments and voluntary organisations extend their co-operation Navarang Chitrakala Niketan is such an art association which renders out standing services for the development of art

Our Art Society Navarang Chitrakala Niketan was started 30 years ago with the help and co-operation of art lovers It is conducting amateur Art Exhibitions and Exhibitions of eminent artists in the State & Regional and National levels The Niketan encourages these artists by awarding suitable prizes in cash and kind In this way it has introduced several budding and amateur artists to art lovers We are also helping the young artists by giving them information about other art societies in the state and the country

As part of our efforts to introduce to artists We are bring out, this "Who is Who" book of our artist members We have to face so many troubles

difficulties in our efforts in preparing this valuable manual and we regret for the delay in bringing out this artists hand book, as 2000 directory We thank the central Lalitkala Akademi for extending their financial assistance to publish this volume

We are introducing the current artist members and well wishers in this book We also wish to introduce young artists and to give information of the activities of our sister art organisations and I hope this will help the artists to get-them introduced to the art lovers all over the India

Finally I thank all the "Artist" Members who helped me to completing this volume My thanks are also due to M/s Prabhala Hightech to bring out this Volume beautifully Your valuable opinions on this book are welcome.

Sincerely yours.

V POORNA NANDA SARMA
ARTIST & AUTHOR
NCN Kala Deepeka.
GUNTUR - A P
Date 1 - 2 - 98

Floads in Divi Seema (19..),
Sri V.P. Sama, Guntur.

Tulasi puja - Sri V P. Sarma, Guntur.
Founder & Secretary, NCN

మా సంకల్పము

"ఉపక్రమణిక" రచయిత, కార్యదర్శి నివేదిక

అందానికి అద్దం పట్టేదే కళ కళాస్వరూపం ఆనందానికి దోహదం చేసినప్పుడే అదిసార్థకమౌతుంది ప్రపంచంలో ప్రతి అందమైన వస్తువులను చూసి ఆనందించని వారు ఉండరు ఐతే కళాకారుని దృష్టి వేరు ఒక్కొక్కప్పుడు అతి సామాన్యమైన విషయం [మనం పట్టించుకోని అంశం] కూడా కళాకారుడి దృష్టిలో ఒక విశిష్టమైన స్థానాన్ని పొందుతుంది. దానిని చూసి అతడు అనుభూతిని చెందటమే గాక, తిరిగి దానిని చిత్రించి ప్రేక్షకులకు ఆహ్లాదాన్ని కల్గించుతాడు. ఇదే "సృజనాత్మకత" కళా లక్ష్యం అంటే చిత్ర, శిల్పకళలో అనాదిగా వస్తున్న దృశ్య, రూప, లావణ్యం, కల్పనల్లో చిత్రకారుడు తను చూసిన విషయాన్ని, లేక అనుభూతి చెందిన అంశాన్ని మనసులో మననం చేసుకొని ఏ కోణం (angle) లో చిత్రించితే అందంగా వుంటుందో పూర్తిగా ఊహించుకొని దానిని క్యాన్‌వాస్ మీద చిత్రించుతాడు తాను అనుభూతిని చెందనిదే ఆనందం పొందలేడు, ఇతరులకు దాన్ని పంచనూలేడు

ఇలాంటి సాధనలో నాడు – నేడూ ఎంతో మందిమహానుబావులు తమ కళాకృతులను కళాబిమానులకు, పత్రికల ద్వారాను, కళాప్రదర్శనల ద్వారాను అందించి తమ కళాప్రతిభను ప్రకటించుకొన్నారు రాష్ట్ర స్థాయిలోనూ జాతీయస్థాయి లోనూ ఈ చిత్రకారులను ప్రోత్సహించటానికి ప్రభుత్వ సంస్థలె గాక అనేక స్వచ్ఛంద కళాసంస్థలు కృషి చేస్తున్నాయి అలాంటి వాటిలో 1968-69 నుండి అవిరళమైన కళాసేవ చేస్తున్న మా నవరంగ్ చిత్రకళా నికేతన్ కూడా ఒకటి

ఈ సంస్థ తొలుత కళాభిమానుల సహకారంతో స్థాపించబడినప్పటికి తర్వాత అనేకమంది చిత్రకారులకి సభ్యత్వం కల్పించి, వారి కళాభ్యున్నతికి గత 25 సంవత్సరాలుగా కృషిచేస్తున్నది మా అఖిలబారత స్థాయి ఔత్సాహిక చిత్రకళా ప్రదర్శనలలోను, ప్రాంతీయ ప్రౌఢ చిత్రకళా ప్రదర్శనలలో వారి చిత్రాలను ప్రదర్శించి, యథోచితమైన బహుమతులిచ్చి ప్రోత్సహించి, అనేక మంది కళాభిమానులకు పరిచయం చేశాము, అంతేగాక వివిధ కళాసంస్థల పోటీల వివరాలు మా సభ్యులైన చిత్రకళాకారుల కందించి వారి కళాభివృద్ధికి తోడ్పడుచున్నాము వారిని పదిమందికి పరిచయం చేస్తున్నాము

ఈ ప్రయత్నంలో భాగంగానే మా సంస్థలో సభ్యులైన రాష్ట్రియ, రాష్ట్రేతర చిత్రకారులను, వారి కళాప్రతిభను అందరకి తెలియపరచటానికి ఈ 'చిత్ర పరిచయనిక'ను సచిత్రముగా రూపొందించటానికే ఈ ప్రయత్నం చేస్తున్నాము అయితే ఈ ప్రయత్నంలో అనుకోని అవాంతరాల వలన ప్రచురణలో కొంత జాప్యం జరిగింది అందుకు క్షంతవ్యులము మా సభ్యులైన చిత్రకారులను వారి కళాకృతులను ఈ చిత్ర సంపుటిలో ప్రచురించి – కళాబిమానులకు, కళా సంస్థలకు, రాబోయే తరాలకు పరిచయం చేయటం మా లక్ష్యం. ఇందుకు తోడ్పడిన మా సభ్యులైన చిత్ర కారులకు, ఇతోదికమైన ప్రోత్సాహం అందించిన కేంద్ర లలిత్ కళా అకాడమి, న్యూడిల్లీ వారికి కృతజ్ఞతలు తెలియచేస్తున్నాము

ఈ సంపుటిలో మా సంస్థలోని వర్తమాన సభ్యులైన చిత్రకారులను, దివంగతులైన చిత్రకళా కారు లను, మా సంస్థకు ఆదర్శప్రాయులు, శ్రేయోభిలాషులైన, ప్రముఖ చిత్రకారులను గౌరవ పురస్కరముగా పరిచయం చేస్తున్నాము ఇంకా చిత్రకళలో లబ్ధప్రతిష్టులైన కళాకారులనేగాక, పలువురు యువ, బాలచిత్రకారులను సైతం (ఇందులో రేపటి చిత్రకారు లుగా) నవ సమాజానికి అందించటం మా అభిలాష. ఇంకనూ తోటి కళాసంస్థలను, వారి కార్యక్రమ విశేషా లను ఒకే వేదిక మీదికి తీసికొని రావటానికి దీని ద్వారా ప్రయత్నిస్తున్నాము. ఇది మేము ఆశించినట్లు చిత్ర కళాకారుల అభ్యున్నతికి తోడ్పడితే మా సంకల్పము కొంతవరకైనా సఫలీకృతమైనట్లే మా సభ్యుల కళా ప్రతిభను పరిచయం చేయడానికి 'చంద్రునికో నూలు పోగు'లా దీనిని సమర్పించి మా వంతు కృషి చేస్తున్నాము ఇందుకు సహకరించిన ప్రతివారికి మరోసారి దన్యవాదములు ఇక మీరు ముందు పుటలు దర్శించి మీ అమూల్యమైన అభిప్రాయాల్ని మాకు వ్రాయండి

మీకళాభిమాని

ది 14-11-'97 "చిత్రకళా ప్రపూర్ణ"

చంద్రమౌళినగర్ వెల్లటూరి పూర్ణానందశర్మ

గుంటూరు-7. రచయిత

"Chitrakala Prapurna"
Vellaturi Poornananda Sarma
7/2, Chandramouli Nagar,
GUNTUR - 7. వ్యవస్థాపకులు
నవరంగ్‌చిత్రకళానికేతన్

ఈ గ్రంథ రచయిత పరిచయం

పూర్తి పేరు శ్రీ వెల్లటూరి పూర్ణానంద శర్మ, చిత్రకారుడు

జననం గుంటూరు జిల్లా భట్టిప్రోలు మండలం వెల్లటూరులో, విశ్వకర్మ వంశంలో జన్మించారు

తేది 1 11 1934 శ్రీముఖ నామ సం కార్తిక పూర్ణిమ

తల్లిదండ్రులు కీ॥శే శ్రీమతి రత్న మాణిక్యమ్మ, శ్రీ వెల్లటూరి బసవచార్యులుగారు (వాస్తు దారు శిల్పి)

విద్యాభ్యాసం వెల్లటూరులో ప్రాథమిక విద్య, భట్టిప్రోలు లో ఉన్నత విద్య (S S L C , 1951)

చిత్రకళలో గురువులు కీ॥శే మైనేపల్లి సత్యనారాయణ మూర్తి శ్రీ ఫణితపు నాగేశ్వరరావు గారు, తెనాలి

సాంకేతిక విద్య ప్రభుత్వ డ్రాయింగ్ పెయింటింగ్, డిజైన్ గ్రూప్ టి టి సి పరీక్షలలో ఉత్తీర్ణత

చిత్రకళా సాధన బాల్యంలో "ఓనమాలు" దిద్దకముందే ఇంటినిండా బొమ్మలు గీయడం రంగులు వేయడం అలవాటు పదెళ్ళు నిండకముందే చిత్రకారుడు కావాలని తపనతో కళాసాదన చేసారు 1950 లోని ఒకే గీతతో గీసిన గణపతి,నటరాజు చిత్రాలు ఆంధ్ర పత్రిక వారపత్రికలో పడినవి అప్పటి నుండి ఇప్పటి వరకు అనేక వేల రేఖాచిత్రాలను వందలాది తెలుగు, ఇంగ్లీషు, హిందీ పత్రికలలో వేశారు వీరి చిత్రాలలో ముఖ్యంగా గ్రామీణ వాతావరణము, తెలుగు సంస్కృతి ఉట్టిపడుతుంది

వృత్తి – ఉద్యోగాలు చిత్రకళోపాధ్యాయుడుగా 1953 నుండి గుంటూరు జిల్లా పరిషత్ ఉన్నత పాఠశాలలో క్రోసూరు, వల్లభాపురం, దోనేపూడి వెల్లటూరు కొల్లూరు మొదలైన గ్రామాలలో 1992 వరకు పనిచేశారు ప్రస్తుతం గుంటూరు వికాస్ పబ్లిక్ స్కూలు విద్యార్థులకు గౌరవ భోధకుడుగా పనిచేస్తున్నారు

వ్యవస్థాపకులు : 1968 – 69 సం లో వెల్లటూరులో స్థానిక కళాభిమానుల సహకారంతో నవరంగ్ చిత్రకళా నికేతన్ స్థాపించి గౌరవ కార్యదర్శిగా కృషి చేస్తున్నారు

ప్రవృత్తి – నిర్వహణ . నవరంగ్ తరుపున 1971 నుండి అఖిల భారతస్థాయిలో బాలల చిత్రకళ పోటిలను నిర్వహిస్తున్నారు 1973 నుండి అఖిల భారత చిత్రకళ పోటిలను 1977 నుండి ప్రాంతీయ చిత్రకళ పోటిలను నిర్వహిస్తున్నారు

చిత్రకళ శిక్షణ . 1968 నుండి స్థానిక బాలబాలికలను యువతీ యువకులకు ప్రత్యేక శిక్షణ ఇస్తున్నారు అనేకమంది బాల బాలికలు రాష్ట్ర స్థాయి, జాతీయస్థాయి, అంతర్జాతీయ బాల చిత్రకళ పోటిలలో కూడా బహుమతులు పొందారు కొందరు యువతీ యువకులు వీరి శిక్షణలో ప్రభుత్వ సాంకేతిక పరీక్షలో ఉత్తీర్ణులై డ్రాయింగ్ టీచర్సుగాను, ఆర్టిస్టులుగాను పనిచేస్తున్నారు

చిత్రకళలో సాధించిన ఫలితాలు వీరు వేసిన వర్ణచిత్రాలకి 1953 లో ఖరగ్‌పూర్‌లో జరిగిన అఖిల భారత చిత్రకళ ప్రదర్శనలో మొదటిసారిగా బహుమతి లభించినది తరువాత విజయవాడ ఆంధ్ర అకాడమీ ప్రదర్శన లోను సిద్దిపేట లలిత కళా సమితిలోను, భీమవరం అంకాల ఆర్ట్ అకాడమీలోను, విశాఖపట్నం చిత్రకళా పరిషత్‌లోను, హైదరాబాద్ భారత కళాపరిషత్‌లోను, మైసూర్ దసరా ఎగ్జిబిషన్‌లోను, బాపట్ల లలితకళ కేంద్రంలోను, మచిలీపట్నం చిత్రకళా సంసద్‌లోను, తెనాలి చిత్రకళా పరిషత్‌లోను అనేక బహుమతులను పొందారు

గౌరవ పదవులు . ఆంధ్రప్రదేశ్ లలిత అకాడమీ, హైదరాబాద్‌లో కార్యవర్గసభ్యునిగా 5 సం లు కృషిచేశారు. ఆంధ్రప్రదేశ్ బాలల అకాడమీ నే సాధారణ సభ్యునిగా 3 సం లు కృషిచేశారు ప్రథమ ప్రపంచ తెలుగు మహాసభలకు లలిత కళా విభాగంలో గౌరవ సభ్యునిగా పనిచేశారు ఆంధ్రప్రదేశ్ ఆర్ట్ ఎడ్యుకేషన్ రివ్యూకమిటీ సభ్యునిగాను ప్రభుత్వ సాంకేతిక పరీక్షలకి ఎగ్జామినర్‌గాను ఇంటర్‌మీడియట్ ఫైన్ ఆర్ట్స్ థీరీ ఎగ్జామినర్‌గాను తెలుగు విశ్వవిద్యాలయం శిల్పుల డిగ్రీకోర్సుకి థీరీ ఎగ్జామినర్‌గా పనిచేశారు ఇంకా ఎన్నో ప్రైవేటు సంస్థలలో కళావిభాగంలో ఒజ్జగా వ్యవహరించారు

పురస్కారములు ఆంధ్రప్రదేశ్ ప్రభుత్వ రజతోత్సవము సందర్భంలో తెలుగు విశ్వవిద్యాలయం తరుపున నవంబరు 1986 1వ తేదిన రవీంద్రబారతిలో అప్పటి ముఖ్యమంత్రి డాక్టర్ ఎన్ టి రామారావుగారు వీరిని "తెలుగు వెలుగులు" టైటిల్‌తో సత్కరించారు చిత్రకళోపాధ్యాయుడుగా వీరి సేవలను ప్రభుత్వం వారు గుర్తించి జిల్లా స్థాయిలో అప్పటి డి ఇ ఒ శ్రీ యమ్ వి వెంకట రెడ్డిగారి చేతను 1986 లో రాష్ట్ర స్థాయిలో State Level Best Teacher Award ను రాష్ట్ర విద్యాశాఖ నుండి పొందారు 1995 లో కేమిలిన్ ఆర్ట్ మెటీరియల్ సంస బొంబాయి వారు వీరికి నేషనల్ బెస్ట్ ఆర్ట్ టీచర్ అవార్డు నిచ్చి సత్కరించారు న్యూఢిల్లీలోని ఆలిండియా ఫైన్ ఆర్ట్స్ అండ్ క్రాఫ్ట్స్ సొసైటి వారు 1995 – 96లో వెటరన్ ఆర్టిస్ట్ అవార్డును ఇచ్చినారు

సన్మానాలు – సత్కారాలు వీరు అనేక నగరములలో తమ స్వీయ చిత్రకళ ప్రదర్శనలను నిర్వహించారు రాష్ట్ర ఐక్య ఉపాధ్యాయ మహాసభలు విజయవాడ నెల్లూరు గుంటూరులో జరిగినప్పుడు వీరి చిత్రకళ ప్రదర్శనలు ఏర్పాటు చేయించి సత్కరించారు విజయవాడ, బాపట్ల, హైదరాబాద్ యంగ్ ఎన్వాయిస్ వారు అమలాపురంలో కోనసీమ చిత్రకళా పరిషత్ వారు సిద్దిపేట లలితకళా సమితి వారు హైదరాబాద్ బాలకళ పరిషత్ వారు, వరంగల్‌లో ప్రతిమ ఆర్ట్ ఎగ్జిబిషన్ సొసైటి వారు వీరిని సన్మానించారు నర్సరావుపేటలో శిలాశిల్పుల మహాసభల సందర్భంలో అప్పటి విద్యా మంత్రి శ్రీ మండలి వెంకట కృష్ణారావుగారు "చిత్రకళా ప్రపూర్ణ "టైటిల్‌తోనూ సత్కరించారు రాజమండ్రి చిత్రకళానికేతన్ వార్షిక కళా ప్రదర్శన సందర్భంగా సత్కరించారు

చిత్రకళా వ్యాసంగము వీరు భారతీయ చిత్రకళా ప్రగతిని గురించి చిత్రకారుల పరిచయ వ్యాసాలను భారతి, ఆంధ్రపత్రిక, కృష్ణాపత్రిక, ఆంధ్రజ్యోతి, ఆంధ్రప్రభ, విశాలాంధ్ర (కళాజీవి) పేరుతో ఆదివారం సంచికలలోను చుక్కాని, ఆంధ్రప్రదేశ్ పత్రికలు ప్రచురించారు ఆకాశవాణి,విజయవాడ హైదరాబాద్ వారు వీరి చిత్రకళ ప్రసంగాలను ప్రసారం చేశారు

ప్రచురణలు వీరు వ్రాసిన అనేక వ్యాసాలు చిత్రాలతో 1975 లో "రేఖాంజలి" అనే గ్రంథాన్ని, 1985 లో "రేఖాచిత్రాలలో మనపండుగలు" అనే గ్రంథాన్ని ప్రచురించారు ఇది కాక నవరంగ్ తరుపున"కళాంజలి"10వార్షిక నివేదికలను,1971 నుండి 1995వరకు 25అఖిల బారత చిత్రకళాసావనీర్‌లను ప్రచురించారు అనేక ప్రభుత్వ పాఠ్య గ్రంథాలకు చిత్రాలు వేశారు

చిత్రకళ శిబిరాలు . వీరు హైదరాబాద్‌లోను, అమరావతిలోను జరిగిన ఆర్టిస్ట్ క్యాంపులలోను, బెంగుళూరు, న్యూఢిల్లీలోను జరిగిన జాతీయ స్థాయి కళామేళాలోను పాల్గొని వీరి చిత్రాలను ప్రదర్శించారు వీరి చిత్రాలను లలిత కళా అకాడమీ హైదరాబాద్,న్యూఢిల్లీ వారు సేకరించారు

కుటుంబ పరిచయము వీరి భార్య శ్రీమతి వి సీతాకుమారి, కుమార్తె. శ్రీమతి. చోడవరపు శాంతి శ్రీదేవి, (హైదరాబాద్) కుమారులు చి. వి బి కృష్ణప్రసాద్ (డ్రాయింగ్ టీచర్, భాష్యం పబ్లిక్ స్కూలు గుంటూరు), చి రజనీకాంతరావు (M C A విద్యార్థి, హైదరాబాద్) *అభిరుచులు* వీరికి బాలసాహిత్యము, ఫొటోగ్రాఫీ, శిల్ప కళా క్షేత్రాల సందర్శనము హాబీలు ప్రస్తుతము గుంటూరులో చంద్రమౌళినగర్‌లో ఉంటూ చిత్రకళాశాల నిర్వహిస్తున్నారు

ఆంధ్రప్రదేశ్‌లో చిత్రకళ – ఒక ప్రస్తావన

శ్రీ వెల్లటూరి పూర్ణానంద శర్మ

తెలుగునేల నలుమూలలా చిత్ర, శిల్పాలకు కొదవలేదు మనం అంతా ఈ తరం (20వ శతాబ్ది) చిత్రకారులం గనుక ఒకసారి నాటి చిత్రకారుల నుండి నేటి చిత్రకారుల వరకు వివిధ ప్రాంతాలకు చెందిన వారి సమాచారం తెలుసుకోవటం వాంఛనీయము

మన సభ్యులైన చిత్రకారులను గురించి సవివరముగా ప్రత్యేక వ్యాసాలు, వారి రూపు రేఖలతో సహా మీకు అందించుచున్నాము అయితే మన సభ్యులు గాకపోయినా ఎవరెవరు ఎక్కడ చిత్రకళా రంగంలో కృషిచేశారో, చేస్తున్నారో క్లుప్తంగా నాకు తెలిసినంత వరకు సోదర కళాకారుల సమాచారం అందించంటం కోసం ఈవ్యాసం వ్రాస్తున్నాను చిత్ర లేఖనంలో విశేషమైన కృషి చేసిన పెద్దలను గురించి, వారి ప్రతిభను గురించి, ప్రస్తుతం చిత్రకళలో కృషి చేస్తున్న ప్రతిభావంతులైన చిత్రకారులను గురించి, వర్ధిష్ణులైన యువ కళాకారులు తెలుసుకోవటం ఎంతో అవసరం

ఈసందర్భంలో మన రాష్ట్రంలోని వివిధ జిల్లాల లోని చిత్రకారులను గురించి ఒకసారి సమీక్షించు కోవటం మార్గదర్శక మౌతుంది చిత్రకళలో ఎందరో మహానుభావులున్నారు అందరికి వందనాలు! ఈ సమీక్షలో ఎవరినైనా పొరపాటున మర్చిపోతే సహృద యంతో మన్నించి, నాదృష్టికి తెస్తే ఈసారి ఎడిషన్‌లో వారినికూడా ఇందులో చేర్చగలనని సవినయంగా మనవి చేస్తున్నాను ముఖ్యంగా మన కోస్తాతీరం నుండి క్రమంగా పరిశీలించుదాము.

శ్రీకాకుళం జిల్లా పేరు స్మరించగానే మనకి చిత్రకళారంగంలో విశేషకృషి చేసిన శ్రీకూర్మపు నరసింహం గారు గుర్తుకివస్తారు వారు శ్రీకాకుళంలో పేరుపొందిన చిత్రకారులు ఆతరంలో రూప చిత్రకళలో విశేషమైన కృషి చేశారని చెపుతుంటారు శ్రీ పైడిరాజుగారు బొబ్బిలిలో జన్మించినా విజయ నగరంలో ఆర్టుస్కూలును నెలకొల్పి ఆంధ్రజానపద చిత్రకళకి నూతన రూపురేఖలు దిద్ది పేరు ప్రఖ్యాతలు పొందినారు ఆ తర్వాత వారు విశాఖ పట్నం చేరుకొని ఆంధ్రజానపద చిత్రకళకు వన్నె చిన్నెలు దిద్దినారు ఆ సమయంలోనే వారు ఆంధ్ర ప్రదేశ్ లలితకళా ఎకాడమీకి వైస్ ప్రెసిడెంట్‌గా కూడా ఎన్నికైనారు, ఆంధ్ర విశ్వవిద్యాలయం వారు లలిత కళావిభాగం స్థాపించిన తర్వాత వీరిని అధ్యాపకులుగా నియమించారు, ఇటీవల వారు ఆంధ్రా యూనివర్సిటీ నుండి గౌరవ డాక్టరేటు పట్టాను కూడా పొందినారు

ఈ జిల్లాలో జన్మించిన "చిత్రకళారవి" శ్రీవడ్డాది పాపయ్యగారి చిత్రాలు చూడనివారు వుండరు. వీరు తొలుత అభిసారిక, రేరాణి, యువ వంటి శృంగార వైజ్ఞానిక కథల మాసపత్రికలకు ముఖ చిత్రాలు వేశారు, శ్రీ జంధ్యాలపాపయ్య శాస్త్రిగారు మొదలైన కవుల కావ్యములకు చక్కని చిత్రములు వెశారు అనంతరం "చందమామ" స్వాతి" వంటి అనన్య సామాన్య ప్రచారంగల పత్రికలకు చక్కని వర్ణ చిత్రములను ముఖ పత్రములుపైన అందించారు. భావానికి తగిన భంగిమలను, లాలిత్యాన్ని అవసరమై వప్పుడు దేహధారుఢ్యాన్ని కూడా చక్కగా చిత్రించారు రంగులలోను రేఖలలోను వైవిద్యం చూపించి రసరమ్య చిత్రాలను పాఠకులకు అందించారు

తర్వాత ప్రముఖ శిల్పి, చిత్రకారులు శ్రీ సి యస్.ఎన్ పట్నాయక్‌గారు కూడా ఈ జిల్లాకు చెందినవారే! తొలుత వీరు, శ్రీపైడిరాజుగారి ప్రేరణతో మద్రాసు స్కూల్ ఆఫ్ ఆర్ట్సులో చేరి అక్కడ డిప్లమో తీసికొన్నారు కొన్నాళ్ళు విద్యాశాఖలో శిల్ప చిత్రకళోపాధ్యాపకులుగాను పనిచేశారు శ్రీపట్నాయక్‌గారు ఉద్యోగ రీత్యా గుంటూరు వచ్చిన తర్వాత మంచి కీర్తి గడించారు వీరికి చిత్రలేఖనంలో కన్నా శిల్పంలోని విశేషమైన గుర్తింపు లభించినది అనేక నాయకుల, ప్రముఖుల కాంస్య శిల్పములను తయారు చేయటంతో బాటు అనేక ఆధునిక భావ శిల్పములను కూడా తయారుచేశారు వీరి కుమారుడు శ్రీ రవిశంకర్ పట్నాయక్ శిల్పకళలో పట్టభద్రులై ప్రస్తుతం ఆంధ్రా యూనివర్సిటీలో శిల్పకళా చార్యులుగా పనిచేస్తున్నారు

అరసవిల్లిలో డ్రాయింగ్ టీచరుగా పనిచేస్తున్న శ్రీ ఐ జె సన్యాసిరావుగారు ఈ తరం చిత్రకారులలో గణతికి ఎక్కినవారు వీరు కొన్ని ఊహాచిత్రాలను శ్రీపైడిరాజు గారి శైలిలోను కొన్ని చిత్రాలను శ్రీ వడ్డా పాపయ్యగారి పద్ధతిలోను చేశారు ప్రస్తుతం వీరు ఆముదాలవలసలో

చిత్రకళోపాద్యాయులుగా పని చేస్తున్నారు మృదంగ వాద్యంలో కూడా ఇతను సిద్ధ వ స్తుడు పర్లాకిమిడి చెందిన శ్రీమతి వంగా చిట్టెమ్మగారు కూడా తైల వర్ణములతో కొందరి నాయకుల రూప చిత్రాలను వేశారు స్టిల్ లైఫ్ చిత్రాలు కూడా కొన్ని వేశారు ఇంకా ఈ జిల్లాలో పేర్కొనదగిన వారు శ్రీ డి నారాయణరావుగారు వీరు ఒరిస్సాలో స్థిరపడి, భువనేశ్వర్ చిత్రకళాశాలలో పెయింటింగ్ విభాగంలో అద్యాపకులుగా పనిచేస్తున్నారు వీరు అధునిక జానపద చిత్ర కళా శైలిలో చిత్రాలువేసి, జాతీయస్థాయి బహుమతులు పొందినారు ఇంకనూ ఈజిల్లాలో కీశే ఎస్ సూర్య నారాయణ, శ్రీ గిడుతూరి లక్ష్మీ నారాయణగారు పేర్కొనగదిన వాడు శ్రీ గిడుతూరి వారు బొంబాయిలో స్థిరపడి మంచి శిల్పిగా పేరు ప్రఖ్యాతులు గడించారు

తర్వాత విజయనగరం జిల్లాకి వస్తే అక్కడ కొన్నాళ్లు శ్రీ పైడిరాజుగారు వుండటం వలన చిత్రకళలో చెరగని ముద్రను వేశారు ప్రొఫెసర్ నేమాని కృష్ణమూర్తిగారు కూడా ఈ జిల్లావారే! వీరు కూడా చిత్రకళలో కృషిచేశారు! ఇటీవలి కాలంలో శ్రీ పల్లా పరిశి నాయుడుగారు అనేక రేఖా చిత్రాలను, వర్ణచిత్రాలను తయారు చేశారు వ్యంగ చిత్రకారులో అద్యులు కీశే తలిశెట్టి రామారావుగారు కూడా ఈ జిల్లా వాస్తవ్యులే! బధిరుడు అయినా ప్రతిబావంతులైన శ్రీ జి యస్ ఆర్ ప్రకాశరావు కూడా ఈ జిల్లాలోనే పుట్టి కాకినాడలోని ప్రభుత్వ బధిరుల పాఠశాలలో విద్యనభ్యసించారు. కాకినాడలో అర్టు టీచరు శ్రీ పురుషోత్తమరావు గారి వద్ద ఉత్తమ శిక్షణ పొందారు ఇప్పుడు ఇతను కూడ విశాఖలో ఉంటున్నాడు విజయనగరంలో శ్రీ పైడిరాజుగారు కొన్నాళ్లు ఒక చిత్ర కళాశాలను నిర్వహించారు అందులో అనేక మంది కళాకారులు తయారు అయినారు వారిలో ఒరిస్సాకి చెందిన శ్రీకళ్యాణ ప్రసాద్ శర్మ ప్రముఖుడు ఇతను శ్రీరాజుగారి బాణీలో అనేక జానపద చిత్రాలను వేసి పత్రికలద్వారా పరిచయం అయినారు తర్వాత శ్రీ కే పి శర్మగారు స్వంత రాష్ట్రానికి వెళ్లి అక్కడ "మహాకోశల్ కళా పరిషత్తు"ను స్థాపించి, తద్వారా కేంద్ర లలిత్ కళా ఎకాడమీ సభ్యుడు కూడా అయినారు శ్రీరాజుగారి శిష్యులలో ఇంకా శ్రీమతి శ్యామసుందరి దేవి కోతిధర్మారావు తదితరులు మంచి కృషి చేశారు. శ్రీ పైడిరాజుగారు ఆరోజులలో ఆంధ్ర చిత్రకళారంగంలో ఒక్క వెలుగు వెలిగిన మహాకళాకారుడు! ఈయన కొన్నాళ్లు ఆంధ్రప్రదేశ్ లలిత కళా ఎకాడమీకి ఉపాద్యక్షులుగా పనిచేశారు వారి చిత్రం "తిలకధారణ" ప్రసిద్ధి పొందినది వారు ఆ చిత్రాన్ని అనేక ప్రతులను తయారుచేసి దేశ, విదేశాలలో విక్రయించారు వారి కుమారుడు శ్రీ రాజేశ్వరరావు కూడా చిత్రకళలో సాధనచేసి తండ్రిపేరును నిలబెట్టినారు వీరు ప్రస్తుతం హైదరాబాద్‌లో ఫ్రీలాన్సు ఆర్టిస్టుగా కృషి చేస్తున్నారు రాజుగారి శిష్యులలో ఒకరైన శ్రీ వి వి టోణపేగారు మచిలీపట్నం ఉద్యోగరీత్యా వచ్చి అక్కడ "చిత్రకళా సంసద్" అనే సంస్థను స్థాపించారు శ్రీరాజుగారి శిష్యులలో శ్రీ కే అప్పారావుగారు విజయనగరంలో చిత్రకళలో సాధనచేస్తు అనేక మంది శిష్యులను తయారు చేస్తున్నారు ఇంకా అనేక మంది చిత్రకారులు విజయనగరంలో వివిధ ప్రాంతాల నుండి కృషి చేశారు తోలు బొమ్మల కళా పరిశ్రమ కూడా ఈ జిల్లా నుండే వచ్చిందని ప్రతీతి!

విశాఖపట్నంజిల్లా పేరు చెప్పగానే కీశే వి ఆర్ చిత్రా గారు ముందుగా గుర్తుకు వస్తారు వారు వంగదేశంలోని కలకత్తాలో చిత్రకళను అభ్యసించి శాంతినికేతన్‌లో కళా విబాగానికి కొంతకాలం ప్రిన్సిపాల్ పనిచేశారు ఆయన స్వతహాగా చిత్రకారుడు మాత్రమేగాక అనేక మందికి చిత్రకళ నేర్పారు వారు అనేక దేశ విదేశములను పర్యటించి అనేక కళా ఖండాలను సేకరించారు చిత్రకళలో వివిధ ప్రక్రియలను అద్యయనం చేశారు చిత్రాగారు ఉద్యోగ విరమణ చేసిన అనంతరం విశాఖపట్నంవచ్చి అక్కడ "చిత్రకళా పరిషత్" అనే సంస్థను స్థాపించి, చిత్రకళను ప్రోత్సహించారు తరువాత ఆసంస్థకు సెక్రటరీగా శ్రీ జి కన్నారావుగారు దాదాపు ఒక దశాబ్దముపాటు అభివృద్ధికి కృషి చేశారు విశాఖపట్నంలో ప్రముఖ చిత్రకారులో శ్రీ డి కే బాబ్‌గారు, (మిలటరీ సర్వీసులో రిటైర్ అయినారు) శ్రీ జి పేరయ్యగారు దారునగిషీ పని చిత్రకారులు శ్రీ నరసింహాచార్యులు గారు ప్రస్తుతం చిత్రకళా పరిషత్ అద్యక్షులుగానూ, శ్రీ ఎస్ చలపతిరావుగారు సెక్రటరీ గానూ చిత్రకళాభివృద్ధికి కృషి చేస్తున్నారు పూర్వ అధ్యక్షులు శ్రీ వేణుగోపాలరెడ్డిగారు కూడా చక్కని చిత్రకారులు గ్రాఫిక్‌కళలో కూడా వీరికి ప్రవేశం వుంది ఇంకా ఆంధ్రాయూనివర్సిటి హైస్కూలులో

ఆర్టు టీచరుగా పనిచేస్తున్న శ్రీరాజిన్‌బాబుగారు, కేంద్రీయ విద్యాలయం ఆర్టు టీచరు శ్రీ ప్రభాకరరావుగారు చక్కని చిత్రాలు వేశారు, విశాఖ నగరంలో యువ చిత్రకారుడు శ్రీ జె వి కే అప్పలరాజు వాణి ఆర్టు గ్యాలరీని స్థాపించి బాలచిత్రకళ పోటీలను నిర్వహిస్తున్నారు విశాఖలో శ్రీ జి కన్నారావుగారు పి ఆర్ చిత్రాగారి మరణా నంతరం "లలితకళా పరిషత్తు"ను స్థాపించి, తద్వారా రాష్ట్రస్థాయి చిత్రకళా ప్రదర్శనలను నిర్వహించి చిత్రకళాభి వృద్ధికి కృషిచేస్తున్నారు అక్కడ శ్రీ రావువెంకటరావుగారు కూడా వుంటున్నారు వీరు మద్రాస్ స్కూలు ఆఫ్ ఆర్టు మరియు క్రాఫ్టు నందు శ్రీ పి ఆర్ రాజు, శ్రీ ఎ పైడిరాజు, శ్రీ కె శ్రీనివాసులు, శ్రీ హెచ్ వి రామ్ గోపాల్‌గారతో బాటుగా శ్రీ దేవి ప్రసాద్‌రాయ్ చౌదిరిగారి వద్ద శిక్షణ పొందారు 1950-60 మధ్యప్రాంతాలలో వీరి వర్ణచిత్రాలు వివిధ సచిత్రవార పత్రికలతోనూ పడుతూ వుండేవి శ్రీ పిలకా లక్ష్మి నరసింహమూర్తిగారు, కీ శే మొక్కపాటి కృష్ణమూర్తి గారు వీరి సమకాలీన కళాకారులలో ప్రసిద్ధులు, విశాఖజిల్లా అనకాపల్లిలో శ్రీ ఆశపు అప్పారావుగారు (రాజాజి శిష్యులు) వీరు ఆధునిక పద్ధతులలో వర్ణలేపనం చేశారు మంచి పోర్ట్రైట్ ఆర్టిస్టుగా గణితికి ఎక్కినారు ఆయన 'అనకాపల్లి ఆర్టుఎకాడమీ' అనే సంస్థను కూడా స్థాపించారు ఆర్టు ఎగ్జిబిషన్స్ కూడా పెడుతుంటారు ఇంకా ఎందరో మహానుభావులు ఈ జిల్లాలో వున్నారు శ్రీ బాలికూడా విశాఖ వాస్తవ్యులే వీరు అనేక వార పత్రికలకు చక్కని కథా చిత్రాలు వేశారు

తూర్పుగోదావరి జిల్లాలో కవులకు, కళా కారులకు కొదవలేదు ముఖ్యంగా ఆంధ్ర చిత్రకళా రంగంలో పునర్వికాసానికి రాజమండ్రి తొలి కేంద్రమైన దనటానికి అనేక నిదర్శనాలు వున్నవి దానికి కారణం ఆధునికాంధ్ర చిత్రకళారంగానికి ఆద్యులు శ్రీదామెర్ల రామారావుగారు! వీరు ఆంగ్ల చిత్రకారులు, ప్రొఫెసర్ కూల్డ్రిదొరగారి ప్రోత్సాహంతో బొంబాయిలోని సర్ జె జె స్కూలు ఆఫ్ ఆర్టునందు చిత్రకళను అభ్యసించి ఆంధ్ర సాంప్రదాయ చిత్రకళలో నూతన రూపు రేఖలు దిద్దినారు వారి అమూల్య చిత్రముల ద్వారా ఆంధ్ర చిత్రకళకి ఎనలేని కీర్తి లభించినది అటువంటి మహాను భావుడు శ్రీ రామారావు జీవించినది 3 దశాబ్దాలు మాత్రమే అయినా, వారు సృజించిన చిత్రాలు అనేకం! వీరి చిత్రాలు ఆరోజులలోనే ఖండ ఖండాంతరములో ప్రదర్శించబడి అనేక పురస్కారాలు అందుకున్నవి, ఇప్పటికి మిగిలిన, వారి వర్ణచిత్రాలను ప్రభుత్వంవారి పక్షాన "శ్రీ దామెర్ల రామారావు ఆర్టు గ్యాలరీ"గా రాజమహేంద్రవరంలో ఏర్పాటు చేసి కళాభిమానులను అలరిస్తున్నవి!

వీరు అకాల మరణం చెందినాగాని వారి సతీమణి సత్యవాణిగారు, సోదరి బుచ్చి కృష్ణమ్మగారు. అంతే వాసులు ఆచార్య శ్రీ వరదా వెంకటరత్నంగారు దామెర్లవారి పేరుతో చిత్రకళాశాలను స్థాపించి ఎందరో ఉత్తమ చిత్ర కారులను తీర్చి దిద్దినారు. కీ శే ఎన్ ఎస్ చామకూర్ గారు శ్రీ హెచ్ వి రామ్‌గోపాల్ గారు, శ్రీ భాష్యకార్లుగారు శ్రీ యం సీతారామాచార్యులు గారు,

శ్రీ యం రాజాజీగార్లు శ్రీ హెచ్ వి యం.రామగోపాల్ గారు మొదలైన వారెంతో మంది చిత్రకారులుగా రూపొందించబడినారు.

ప్రసిద్ధ ప్రకృతి చిత్రకారులు శ్రీ వి వి భగీరధి గారు కూడా యిక్కడివారే! శ్రీ వి యస్ హరిశ్చంద్ర శర్మ, కీ శే అద్దంకి వెంకటేశ్వరరావుగారు కూడా రాజమండ్రికి చెందిన వారే! శ్రీ రాజాజీగారు ఇటీవల దివంగతులు అయినా వారి శిష్యులు, యువచిత్రకారులు శ్రీ టేకి మృత్యుంజయరావు, కుమారి ఎన్ వి పి ఎస్ లక్ష్మిగారలు "రాజమండ్రి చిత్రకళనికేతన్" అనే సంస్థను స్థాపించారు. దాని ద్వారా వీరు గత 4-5సం॥ల నుండి రాష్ట్ర స్థాయిలో, బాలల చిత్రకళ పోటీలను ప్రదర్శనలును నిర్వహిస్తున్నారు.

ఈ జిల్లాలోని అమలాపురంలో శ్రీకోరసాల సీతారామస్వామి చేయి తిరిగిన చిత్రకారుడు వీరు అనేక దేవతా విగ్రహముల పటములను స్తోత్రపరముగా వేసి అనేక ఫుటోప్రింట్సును, కలర్ ప్రింట్సును తయారుచేసి వారి శిష్యులద్వారా ఆంధ్రప్రదేశ్‌లోని అన్ని పుణ్యక్షేత్రాలలోనూ విరివిగా విక్రయించారు. అనంతరం వారు యిప్పుడు "కోనసీమ చిత్రకళా పరిషత్‌ను", అనంతరం ఇటీవల తన కుమారుల సహకారముతో "కోరసాల వండర్ ఆర్టువరల్డు" అనే సంస్థలను స్థాపించి చిత్రకళ పోటీలను ఘనంగా నిర్వహిస్తున్నారు అమలాపురంలో శ్రీ యు ఆశీర్వాదం అనే చిత్రకారుడు ఒకప్పుడు వీక్లీలలో ఊహా చిత్రాలు వేస్తూ వుండేవారు ప్రఖ్యాత చిత్రకారులు శ్రీ బాపుగారు వివిధ పత్రికలకి చక్కని చిత్రాలువేసి తెలుగు పత్రికలను జాతీయ స్థాయిలో నిలబెట్టినారు అందమైన అమ్మాయిని "బాపు బొమ్మ" గా గుర్తింపు

తెచ్చిన మహనీయులు అనంతరం సినీదర్శకులుగా ఖ్యాతి నార్జించారు

పశ్చిమ గోదావరి పేరు చెప్పగానే మనకి గుర్తువచ్చేది బీమవరంలోని సుప్రసిద్ధ చిత్రకారులు కీ.శే అంకాల వెంకట సుబ్బారావుగారు! వారి పేరు మీద అక్కడ "అంకాలా ఆర్టు ఎకాడమీ"ని స్థాపించి కీ.శే శ్రీ ఆకుల వెంకట రత్నంగారు అంకాల వారి కీర్తినిని ఆంధ్రదేశం నలుమూలలకి వెద జల్లినారు

ఈ జిల్లాముఖ్యపట్నం అయిన ఏలూరులో శ్రీ మొక్కపాటి కృష్ణమూర్తిగారు అనే గొప్ప చిత్రకారులు వుండేవారు వారు ఆంధ్ర చిత్రకళను మరోమలుపు త్రిప్పి భారతభాగవత రామాయణాది కావ్యాలను చిత్రీకరించారు వీరు ఒకప్పుడు ఆంధ్ర ప్రదేశ్ లలిత కళాఎకాడమీకి ఉపాధ్యక్షులుగా కూడా వున్నారు అప్పుడు కీ.శే నరోత్తమ రెడ్డిగారు అధ్యక్షులుగా వుండేవారు భీమవరంలో అంకాలవారి శిష్యులు శ్రీ చల్లాకోటి వీరయ్యగారు ప్రస్తుత అంకాల ఆర్టు ఎకాడమీకి సెక్రటరీగానూ, ప్రముఖ న్యాయవాది శ్రీనూకల రామానుజరావుగారు అధ్యక్షులుగాను, విద్యావేత్త శ్రీ జి ఉమామహేశ్వరరావు గారు కోశాధికారిగాను కొనసాగుతున్నారు ఇంకా బీమవరం లో కుమారి శలా పద్మగారు, వారి తండ్రిగారు వెంకటరత్నంగారు చక్కని పోర్ట్రైట్ చిత్రకారులు, అంకాలవారి శిష్యులు శ్రీ అడబాల చెన్నకేశవరావు గారు, కే అప్పారావుగార్లు కూడ కొన్నాళ్ళు చిత్రకళా సంస్థలు నిర్వహించారు యువ చిత్రకారులు శ్రీ పట్నాల బాస్కర్‌గారు వారి సతీమణి శ్రీమతి రాధారాణిగారు, స్టేట్‌బ్యాంక్‌లో పనిచేస్తు శ్రీ యం వెంకటేశ్వరరావు మొదలైన వారు కళాసాధన చేస్తున్నారు ప్రఖ్యాతా సినీపబ్లిసిటీ ఆర్టిస్టు, శ్రీ కె గంగాధర్‌గారు ఈ జిల్లాలోని పోడూరు వాస్తవ్యులే! తాడేపల్లిగూడెంకి చెందిన విద్యాశాఖలో అధికారిగా పనిచేసి శ్రీ తాడేపల్లి వెంకన్నగారు కూడ తొలుత చిత్రకళాపాధ్యాయులే. తర్వాత వారు చిత్రశిల్పకళలో మంచి కృషి చేసి ఆంధ్రయూనివర్సిటి నుండి గౌ॥ డాక్టరేటు, తర్వాత పద్మశ్రీ ఎవార్డు కూడా పొందినారు

కృష్ణాజిల్లాలో ఈ కళలో గణుతికి ఎక్కినవారు కీ.శే కొప్పాడ వేణుగోపాల్‌గారు వీరు చాలా కాలం గుడివాడ మున్సిపల్ హైస్కూలులో డ్రాయింగ్ టీచరుగా పనిచేస్తూ అనేక మంది యువతీయువకులకు చిత్రలేఖనం నేర్పి ప్రభుత్వ డ్రాయింగ్ పరిక్షలలో ఉత్తీర్ణులను గావించారు శ్రీవేణుగోపాల్‌గారు పెయింటింగ్‌లో గ్రిగ్‌మెడలిస్టు కూడాను వారు మానవ రూపాలును పెన్సిల్ స్కెచ్ గీయటంలో స్వేచ్ఛను, ప్రపోర్షన్సు, థిక్ అండ్ థిన్ లైన్సుస్ట్రోక్సుమ మరవ లేము అలాగే వాటర్ కలర్సులో హెడ్ స్టడీ స్టిల్‌లైఫు, చిత్రాలు, ఆయిల్ కలర్సులో వారు వేసిన ప్యాచ్‌వర్కు చిత్రాలు ఎంతో ఉన్నతస్థాయిలో వుండి "మంచి మాష్టారు" అనిపించుకొన్నారు వారి కుమారులు శ్రీనివాస రావు, శ్యామ్‌సుందర్‌లు మొదలయిన వారు కూడా చిత్రకళలో సిద్ధహస్తులు. వీరి శిష్యులలో శ్రీ యస్ వి రామారావుగారు ఇప్పుడు అమెరికాలో వున్నారు కొన్నాళ్లు ఆయన "కెంటకీ యూనివర్సిటీ"లో పెయింటింగ్ ప్రొఫెసర్‌గా పనిచేశారు శ్రీ వేణుగోపాల గారి శిష్యులు శ్రీ బి ఎ రెడ్డిగారు చిత్రకళలో అగ్రగణ్యులు కృష్ణాజిల్లాలో శ్రీ కె ఎల్ దర్ గారు కొన్నాళ్లు పత్రికలకి చిత్రకారుడుగానూ, తర్వాత సిపీఆర్వో డైరెక్టర్‌గాను పనిచేశారు, విజయవాడలో శ్రీశంకర్, సంజీవి సోదరులు, శ్రీవేముల కామేశ్వరరావుగారును, శ్రీ సుదర్శన్‌గారు డ్రాయింగు టీచర్లుగా పనిచేస్తూ చక్కని రూప చిత్రాలను వేశారు ఇంకా శ్రీ గీతా సుబ్బారావుగారు, శ్రీ టి వెంకట రావుగారు, శ్రీ సాల్మాన్‌రాజుగారు, తదితరులు ఎందరో కృషిచేశారు శ్రీ కొౌతా రామమోహనరావుగారు, కీ.శే అమాంచర్ల గోపాలరావుగారు, కీ.శే యం యస్ మూర్తిగారు చిత్రకళలో కృషి చేశారు వీరు శ్రీ నార వెంకటేశ్వరరావుగారి ప్రోత్సాహంతో "ఆంధ్ర ఎకాడమీ ఆఫ్ ఆర్ట్సు" అనే సంస్థను స్థాపించారు తద్వారా ఒక ఆర్టు గ్యాలరీని కూడా నిర్మించినారు విజయవాడలో శ్రీ ద్రోణాదుల పెంచలయ్యగారు కూడా చక్కని చిత్రాలను వేశారు బందరులో ఒకప్పుడు ఆంధ్ర జాతీయ కళాశాలలో ప్రమోదకుమార్ చటోపాధ్యాయ గారు శ్రీ ఈరంకి శాస్త్రిగారు చిత్రకళా విభాగం ఏర్పాటుచేసి అడవిబాపిరాజుగార్ని, శ్రీ కవుతా రామమోహన శాస్త్రిగార్ని, బ్రహ్మనందంగార్ని (మనాల) జి కోటేశ్వర రావు గార్లను తీర్చిదిద్దారు

గుంటూరు జిల్లా విద్యారంగంలో అనాదిగా ముందువున్నది అలాగే శిల్పచిత్రకళారంగాలో- కూడా గణతికెక్కింది ఈ జిల్లాలో సీనియర్ చిత్రకారులు శ్రీ గుఱ్ఱం మల్లయ్యగారు "బ్రహ్మనాయుడు" మొదలైన చారిత్రక పురుషుల స్వభావానికి తగినట్లుగా రూపకల్పన చేశారు వీరు నాగార్జునకొండ మ్యూజియం పునర్నిర్మాణంలో శ్రీ కే బ్రహ్మయ్య, ఆర్ కృష్ణంరాజు వంటి వారి సహకారంతో మంచి ఉన్నత ఫలితాలను సాధించారు. వీరు మాచెర్ల కేంద్రంగా కొన్నాళ్లు చిత్రశాల నిర్వహించారు వీరుకూడా మచిలీపట్నంలో ప్రమోదకుమార్ చటోపాధ్యాయగారి శిష్యులే వీరు ఇప్పుడు లేకపోయిన వారి అల్లుడు శ్రీజింకా రామారావుగారు వీరి చిత్రకళా ఖండాలను ఇటీవల గుంటూరులో ప్రదర్శించారు ఆయన కూడా మంచి చిత్రకారుడు జర్నలిస్టు ప్రస్తుతం సత్తెనపల్లిలో వుంటున్నారు

దుర్గిలో అనాదిగా విశ్వకర్మ వంశీయులు శిల్పకళలో గణతికి ఎక్కినారు తెనాలిలో శ్రీగోలి శేషయ్యగారు చిత్రకళలో ప్రముఖులు వీరు ముఖ్యంగా అనేక పార్యగ్రంథాలకు చక్కని చిత్రాలు వేసి ఆనాటి విద్యార్థులకు మంచి దృశ్యాల అవగాహన గావించారు వీరి కుమారులు శ్రీగోలి శివరామ్‌గారూ, నాగేశ్వరరావు శంకర్‌గార్లు మేనల్లుడు ఖండవిల్లి శేషగిరిరావుగారు కూడా చిత్రకళలో గుర్తింపు పొందారు తెనాలిలో మున్సిపల్ హైస్కూలులో చిత్రకళోపాధ్యాయులుగా పనిచేసిన శ్రీ ఆదెళ్ళ హనుమంతరావుగారు కూడా తన చిత్రాలను పత్రికల ద్వారా ఆంధ్రపాఠకులకు అందించారు వీరుకూడా మచిలీపట్నం ఆంధ్ర జాతీయ చిత్రకళాశాలలో శిక్షణ పొందారు పొన్నూరు సమీపంలోని పచ్చలతాడిపర్రు వాస్తవ్యులు శ్రీ వై వి లక్ష్మయ్యగారు

చిత్రకళలో ఇటాలీయన్ స్కాలర్, వారు శిల్పకళలో కృషిచేశారు అమరావతిలోని రాజా వాసిరెడ్డి వెంకటాద్రి నాయుడు గారి శిల్పాన్ని రూపొందించారు అనంతరం ఆంధ్రయూనివర్సిటిలో ఆమద్య ఏర్పాటుచేసిన ఫ్యాకల్టి ఆఫ్ ఫైన్ ఆర్ట్సుకి కొన్నాళ్లు ప్రిన్సిపాల్‌గా పని చేశారు గుంటూరులో శ్రీ సి యస్ ఎన్ పట్నాయక్‌గారు శిల్పకళలో మంచి ప్రాముఖ్యం పొందారు ఆంధ్ర మెడికల్ కాలేజీలో శిల్పిగా పనిచేసిన శ్రీ రాగి వెంకటేశ్వరరావుగారు మరియు శ్రీ బెల్లంకొండ వేంకటేశ్వరరావుగారు సిమెంట్, ప్లాస్టర్‌ఆఫ్ ప్యారిస్‌లలోనేగాక అనేక కాంస్య రూప శిల్పాలను కూడా రూపొందించారు

శ్రీ అడివి బాపిరాజుగారు కొన్నాళ్ళు గుంటూరులో వున్నప్పుడు వారి పేరుతోనే ఒక కళాపీఠాన్ని స్థాపించినారు అప్పుడు అనేక మంది యువ చిత్రకారులను తయారు చేశారు శ్రీ బాపిరాజుగారు చక్కటి రేఖాచిత్రాలు వేశారు వారి రేఖలలోను, రంగులలోనూ జీవం తొణికిసలాడుతుంది వారు కొన్ని నీటిరంగుల చిత్రాలను వాష్‌టెక్నిక్‌లో వేశారు. వారి శిష్యులలో శ్రీసూర్యనారాయణగారు, శ్రీ పి రాజసింహం గారు, శ్రీ వీరయ్యగారు శ్రీ అమానుల్లాగారు తదితరులు గణనీయులు. తర్వాత శ్రీ పి రాజ సింహగారి పర్యవేక్షణలో కళాపీఠం విద్యార్థులుగా శ్రీ డి వి ప్రసాద్‌గారు, కీ.శే దాసరి నాగవర్ధనరావు గారు, శ్రీ ఎ రాధకృష్ణమూర్తిగారు, శ్రీ యం శ్రీనివాసరావు, శ్రీ అన్న వరపు కోటేశ్వరరావుగార్లు అనేక చిత్రాలు వేశారు రూపచిత్రణలో శ్రీ బిట్రా శ్రీనివాసరావు గారు ప్రసిద్ధి చెందారు శ్రీ ఎ.వి ఎస్ ఆర్ జోస్యులుగారు కత్తిరింపుల చిత్రాలను తయారుచేయటంలో అగ్రగణ్యులు. వీరి చిత్రాలు అనేక పత్రికలులో వెలువడినవి తర్వాత శ్రీ పణితపు నాగేశ్వరరావుగారు తెనాలి తాలూకాలో వుండి అనేక మందికి చిత్రలేఖనం నేర్పారు వీరు గ్లాసు పెయింటింగ్‌లో విశేషమైన కృషిచేశారు శ్రీవేణుగోపాల్ గారి శిష్యుల శ్రీ పి నాగేశ్వరరావు గుంటూరుజిల్లా బోర్డులో డ్రాయింగ్ టీచర్‌గా పనిచేస్తూ, అనేక మందికి చిత్రకళలో శిక్షణ ఇస్తున్నారు వీరి ఎద్ద శిక్షణ పొందిన వారిలో వెల్లటూరి పూర్ణానందశర్మ ప్రముఖులు శ్రీ చక్రధరరావు, బి శేషిరెడ్డిగార్లు తదితరులు డ్రాయింగ్ టీచర్సుగా రాణించారు రేపల్లె తాలుకా, వెల్లటూరులో 1969-70లో శ్రీ వెల్లటూరి పూర్ణానంద శర్మ నవరంగ్ చిత్రాకళా నికేతన్ అనే సంస్థను స్థాపించి, అనేక మంది బాల చిత్రకారులను తరువాత యువ చిత్రకారులను ప్రోత్సహించారు వీరు రాష్ట్రస్థాయిఉత్తమ టీచరు అవార్డును, తెలుగు విశ్వ విద్యాలయం వారిద్వారా ముఖ్యమంత్రి డా॥ ఎన్ టి రామారావు గారి చేతి మీదగా ఉత్తమచిత్రకారులు గానూ, ఆర్టు ప్రమోటర్‌గాను అవార్డు 1986 పొందారు బాపట్ల ఎగ్రికల్చర్ కాలేజీలో "ఉల్ఫి'గా పేరుపొందిన శ్రీ రెడ్డిబోయిన కృష్ణమూర్తిగారు చక్కని చిత్రాలు వేశారు అనేక శిల్పాలను రూపొందించారు అయిన బాపట్లలో "లలిత కళా కేంద్రం" స్థాపించి కళా సేవ చేస్తున్నారు గుంటూరులో "కళా పాండవులు"గా పేరు ప్రఖ్యాతులు పొందిన కీ.శే దాసరి నాగవర్ధనరావు గారు, శ్రీ జి నరసింహారావు గారు, శ్రీ విజయ కుమార్‌గారు, శ్రీ ఉస్మాన్ ఖాన్‌గారు, శ్రీ రాజ్ కపూర్‌గారు కేంద్ర లలితకళా ఎకాడమీ వారి జాతీయ చిత్రకళా ప్రదర్శనలకి సైతం వారి చిత్రాలు సెలక్టు కావటమే విశేషం కాగా బహుమతులు కూడ పొందినారు వారి చిత్రాలు అనేకం అమ్ముడుపోయినవి వీరు ప్రతి ఏటా బెంగుళూరు, మద్రాస్, హైదరాబాద్ ముంబై కలకత్తా మహానగరాల్లో చిత్రకళా ప్రదర్శనములు ఏర్పాటుచేసి వారి చిత్రాలు విక్రయించి ఈ కళలో మంచి గుర్తింపు పొందారు

తమ్మపూడిలో "ఆంధ్రరాగూర్" అని చెప్పుకో దగిన మహాకళాకారులు, కళా విమర్శకుల డాక్టర్ సంజీవ దేవ్ గార్ని దేశంలోని, విదేశాలలోని కళాభిమానులు అందరూ గుర్తించారు వారు స్వతహా వివిధ బాషలలోనూ పండితులు, అనేక కళాంశములకు నిర్వచనం చెప్పిన మహా విమర్శకులు, తాత్వికవాది మానవతామూర్తి వారు గుంటూరు జిలా చిత్రకళకు మాత్రమేగాక ఆంధ్రప్రదేశ్ చిత్రకళామతల్లి సువర్ణ కిరీటంలో కలికితురాయి! వీరు ఆంధ్రవిశ్వవిద్యాలయంలో నుండి గౌరవ డాక్టరేట్ పొందారు బహుగ్రంధకర్తలు విను కొండలో శ్రీ పొట్లూరు రామారావుగారి తండ్రి కీ.శే హనుమంతరావుగారు నీటి రంగులలో చక్కని చిత్రాలు వేశారు వారు వేసిన చిత్రాలు 'బారతి,

ఆంధ్ర పత్రిక" సంవత్సరాది సంచికలను అలంకరించినవి. ఇలా జిల్లాలోని వివిధ ప్రాంతాల నుండి ఇంకా ఎంతో మంది మహానుభావులు చిత్రకళతో కృషి చేస్తున్నారు

ప్రకాశం జిల్లాలో పూర్వ చిత్రకారులు నాకు గుర్తుకు రావటంలేదు ఈ జిల్లాలో సమకాలీన చిత్రకారులలో గిద్దలూరు వాస్తవ్యులు శ్రీ చివుకులభరద్వాజ శాస్త్రిగారు సినియర్ చిత్రకారులు వీరు చిత్రకళతో బాటుగా శిల్పకళలో కూడా కొంత కృషిచేశారు వీరు తన చిత్రములను బెంగుళూరు, మహాబలిపురం మొదలగు ప్రాంతాలలో విదేశీ పర్యాటకులకు విక్రయించి జీవనోపాధి గడించుకొన్నారు వీరికి నీటిరంగుల చిత్రాలలోనూ, తైలవర్ణ చిత్రాలలోనూ సమాన ప్రతిబ వున్నది వీరు వినుకొండలోనూ, గిద్దలూరులలోను అనేక మంది యువచిత్రకారులకు శిక్షణ గడుపుచున్నారు ఈజిల్లాలోని గంగవరంలో కూడా శ్రీ యం చిన్నయ్యగారు చక్కని చిత్రాలు వేస్తూ అనేక కళా ప్రదర్శనలో బహుమతులు అందుకొన్నారు వారు విద్యార్థుల చేత కూడా చక్కని చిత్రాలు వేయించారు అమ్మనబ్రోలు చిత్రకళోపాధ్యాయులు శ్రీ రెడ్డిబోయిన వెంకటేశ్వర్లుగారు కూడా అనేక ఊహాచిత్రాలను వేసి పత్రికలద్వారా ప్రకటించారు వీరు శ్రీ ఉల్చికి జ్యేష్ట సోదరులు అలాగే మద్దిపాడు ప్రభుత్వ జూనియర్ కళాశాల డ్రాయింగ్ టీచర్ శ్రీకొంకా నాగేశ్వరరావు కూడా కొంత కృషి చేశారు. ఇంకొల్లు డ్రాయింగ్ టీచరు శ్రీ సి హెచ్ చంద్రశేఖర్‌రెడ్డి కూడా చక్కని అభినివేశముగల వ్యక్తి! మార్కాపురంలో యువ చిత్రకారులు శ్రీ టి శ్రీనివాసులు కూడా చక్కని చిత్రాలు వేశారు అయిన కమ్మర్షియల్ డిజైనర్‌గానూ, స్క్రీన్ ప్రింటర్‌గాను స్థిరపడినారు ఒంగోలు నవోదయ విద్యాలయం డ్రాయింగ్ టీచరుగావున్న నాశిష్యుడు శ్రీ ఐ. రామారావు "ఆంధ్రయూనివర్సిటిలో చిత్రకళలో పట్టభద్రులు" అయినారు. ఒంగోలులోని డాక్టర్ శ్రీ యం రామచంద్రరావుగారు స్వయంకృషిలో ఆధునిక చిత్రకళతో కృషిచేసి మంచి పేరు సంపాదించారు వారు కూడా స్వీయ కళా ప్రదర్శనలు హైదరాబాద్ మొదలైన చోట్ల ప్రదర్శించి మంచి కీర్తిని, ధనాన్ని ఆర్జించారు గిద్దలూరులోని డ్రాయింగ్ టీచరు శ్రీ ఎన్ శాయిబాబుగారు కూడా నీటిరంగులో చక్కని చిత్రాలు వేసి మన పోటీలకు పంపుతూ వుండేవారు

నెల్లూరు జిలాలో లాయర్ శ్రీ జి వేణుగోపాల్ రెడ్డి చిత్రశిల్ప కళలో కృషిచేశారు అనంతరం వారు వృత్తి వుద్యోగరీత్యా వైజాగ్ చేరి అక్కడ శ్రీ పైడిరాజుగారి సహకారంతో "చిత్రకళా పరిషత్" కి అధ్యక్షులుగా [illegible] చేశారు ఆంధ్రప్రదేశ్ లలిత కళా ఎకాడమీకి ఆఫీసు సెక్రటరీగా పనిచేసిన శ్రీ యం కృష్ణమూర్తిగారు కూడా ఈ జిల్లావారే వీరు కూడ ఫైన్ ఆర్టులో డిప్లమో చేసి పలుతైల వర్ణ చిత్రాలు వేసి అవార్డులుకూడా పొందినారు నెల్లూరులో కొన్నాళ్లు మన సభ్యుడు శ్రీ ఎ విజయకుమార్ "చిత్రాలయ ఆర్ట్సు" పేరిట చక్కని కమర్షియల్ ఆర్టు కంపెనీ నడిపి, అనేక మంది వృత్తి చిత్రకారులను తయారు చేశారు

చిత్తూరు జిల్లాలోని శ్రీకాళహస్తి కలంకారి చిత్రకళకు ప్రసిద్ధి గాంచినది అక్కడ అనేక మంది సంప్రదాయ కళాకారులు తమ జీవనోపాదిని ఈకలంకారీ కళను తమ వృత్తిగా స్వీకరించారు, బారతదేశంలో ఈ కలంకారి కళకు ఎనలేని కీర్తి లబించినది ప్రసిద్ధ ఆధునిక చిత్రకారులు శ్రీ యం రెడ్డప్పనాయుడు గారు ఈ జిల్లావారే! వారు మద్రాస్ స్కూలు ఆర్టు మరియు క్రాఫ్ట్సులో డిప్లమోచేసినారు వృత్తిరీత్యా వీవర్సు డిజైన్ సెంటర్‌లో ఆర్టు డైరెక్టర్‌గా పనిచేశారు వారు తన దైన జానపద శైలిలో అనేక తైల వర్ణ చిత్రాలు వేసి జాతీయ అంతర్జాతీయ అవార్డులను సైతం అందుకొన్నారు

మదనపల్లిలోని డ్రాయింగ్ టీచర్‌గా పనిచేసిన యం శ్రీపతినాయుడు గారు కూడా అనేక చిత్రాలను వేశారు వీరికి కూడా కలంకారి పద్ధతిలో ప్రవేశం వున్నది వీరు కూడా చిత్రకళలో అనేక మంది యువ చిత్రకారులను తయారు చేశారు తిరుపతిలో కూడా చిత్రకారులకు కొదవలేదు అక్కడ దేవస్థానం వారు ఒక సాంప్రదాయ విగ్రహవాస్తు శిల్ప శిక్షణశాలను నిర్వహిస్తున్నారు చంద్రగిరి ఆర్టుటీచరు శ్రీ అమరలింగాచార్యుల గారు చిత్ర, శిల్పకళలో కూడా కృషిచేస్తున్నారు, శ్రీవేంకటేశ్వర విశ్వవిద్యాలయం మోడలు స్కూలు డ్రాయింగు టీచరు శ్రీకె గోవిందస్వామిగారు, కేంద్రీయ విద్యాలయం ఉపాధ్యులు శ్రీ ఆర్ హేమాద్రి శెట్టిగారు చిత్రకళతో కృషి చేశారు శ్రీకాళహస్తి బాలి కోన్నత పారశాల ఆర్టుటీచరు శ్రీ కె దామోదరాచారి కూడా మంచి కృషిచేస్తున్నారు

అనంతపురం జిల్లా చిత్రకారులతో అంతగా పరిచయంలేక పోయినా లోగడ వీక్లిలలో శ్రీ ఉదయగిరి శ్రీ రాములు గారు బొమ్మలు వేస్తు వుండేవారు, ఇటీవల కాలంలో అనంతపురంలో యువచిత్రకారుడు శ్రీ ఎల్ ఆర్ వెంకట రమణ గుంతకల్‌లో శ్రీ జి చంద్రశేఖర్, శ్రీ కె శ్రీధర్ కృషిచేస్తున్నారు వీరిలో శ్రీచంద్రశేఖర్ కమ్మర్షియల్ ఆర్టు స్టూడియో నిర్వహిస్తూ తీరిక సమయంలో కొన్ని

సృజనాత్మక చిత్రాలు కూడా వేస్తుంటారు అలాగే శ్రీ కే శ్రీధరన్ వృత్తిరీత్యా రైల్వేగార్డుగా పనిచేస్తూ విరామసమయంలో అనేక దేవతామూర్తుల చిత్రాలు, మరికొన్ని ఊహాచిత్రాలు వేస్తుంటారు

కడప జిల్లాలోని శిల్పచిత్రకారులతో నాకు పరిచయంలేదు వారిని గురించి అంతగా ప్రచారము జరగలేదు కనుక ఆ ప్రాంతంలోని చిత్రకారులు వెలుగులోనికి రాలేదు ఆర్టుటీచర్ శ్రీ చింతానారప్పగారు హైదరాబాద్‌లో నాశిమ్మడు శ్రీ రఘులేశ్వర్‌తో బాటు డిప్లమో చేసినారు అయితే శ్రీ సి వి ఫణీందర్ కుమార్ మొదలైనవారు మన పోటీలకి తమ చిత్రాలు పంపేవారు శ్రీ చంద్రాగారు కూడా చక్కని కథాచిత్ర కారులు

అలాగే కర్నూలు జిల్లాలో కూడా చిత్రకారులు వెలుగులోనికి రాలేదు శ్రీశైలంలో కొన్నాళ్ళు శ్రీ మారేమండ శ్రీనివాసరావుగారు ఉద్యోగం చేశారు అప్పుడు వారు కర్నూలులో ఒక కళా సమితిని నిర్వహించారు కొందరు ఔత్సాహిక చిత్రకారులు అందులో తయారు అయినారు ఆళ్ళగడ్డలో మహా శిల్పులు సాంప్రదాయి కళను ప్రోత్సహించారు. మహబూబ్‌నగర్, ఆదిలాబాద్, కరీమ్‌నగర్ జిల్లాలోని శ్రీ ఆగాచార్యాగారి మంచి తప్ప, మిగతా చిత్రకారులు కూడా వెలుగులోనికి రాలేదు కాని అక్కడ కూడా కొందరు ఆర్టుటీచర్సు అద్భుతమైన కృషి చేస్తున్నారని అప్పుడప్పుడు జరిగే రాష్ట్రస్థాయి ఉపాధ్యాయ సంఘవార్షిక సమావేశాల వలన తెలుస్తున్నవి

నిజామాబాద్ జిల్లాలోనికి వస్తే జిల్లా ముఖ్యపట్నంలో శ్రీ సైబ పరంధాములు అనే చిత్రకారుడు మంచి పేరు తెచ్చుకొన్నారు ఆయన రచయితకూడాను, వృత్తిరీత్యా ఫుటోస్టుడియో నిర్వహించేవారు, వారివద్ద కూడా కొందరు శిష్యులు తయారు అయినారని వినికిడి కాని వివరాలు తెలియలేదు

వరంగల్ జిల్లాలో విద్యతోబాటు చిత్రకళకి కూడా మంచి పేరువున్నది అక్కడ డాక్టర్ విశ్వనాథంగారు చిత్రకళలో కృషి చేశారు వారు కొన్నాళ్లు ఆంధ్రప్రదేశ్ లలితకళా ఎకాడమీకి సభ్యులుగా పనిచేశారు వరంగల్‌లో స్థానికంగా శ్రీ టి లోకనాథం అనే చిత్రకారుడు పోటీలకి పెయింటింగ్సు పంపుతూ వుండేవారు, ఇంకా శ్రీ కోలస్వామిగారు నాటక కళతో బాటు చిత్రకళను కూడా ఆరాధించారు. ఆయన కూడా ఒక చిత్రకళా సంస్థను స్థాపించి పోటీలు నిర్వహించారు తర్వాత శ్రీ పి ప్రభాకర్‌గారు ఆర్టు టీచరుగా ఆ ప్రాంతంలో పనిచేసి అనేక మంది యువ చిత్రకారులును తయారు చేశారు ఇటీవల వారు హనుమకొండలో 'ప్రతిమా ఆర్ట ఎగ్జిబిషన్ సొసైటిని' స్థాపించి తద్వారా ప్రతిఏటా బాల, యువ చిత్రకళా ప్రదర్శనలను నిర్వహించ ప్రారంభించారు జనగామ్‌లోకూడా కొందరు ఔత్సాహిక చిత్రకారులు శ్రీ ఇంద్రసేనా రెడ్డిగారు, చిరంజీవిగారు జనగామ్‌లో ఒక కళా సంస్థను నిర్వహించారు ఆ తర్వాత జనమ్‌లో శ్రీ టి రాజేంద్ర ప్రసాద్‌గారు తన తండ్రి శ్రీ పుల్లయ్యగారి పేరుతో ఒకకళా సంస్థను స్థాపించి ప్రతిఏటా "బాలల-యువ చిత్రకారుల కళా ప్రదర్శనలు" నిర్వహిస్తున్నారు

నల్గొండజిల్లా చిత్రకళావికాసం : నల్గొండ పట్నంలో శ్రీ యస్ రామమూర్తిగారు తను చక్కని చిత్రాలు వేయటమే గాకుండా, కొందరు మిత్రులైన ఔత్సాహిక చిత్రకారుల సహకారముతో ఒక ఆర్టుఎకాడమీని స్థాపించి 2, 3 చిత్రకళా ప్రదర్శనలు నిర్వహించారు "శ్రీ చంద్ర" (ఈనాడు చిత్రకారులు) ఆ సంస్థ సెక్రటరీగా పని చేశారు తర్వాత శ్రీ రామ్మూర్తిగారు అకాల మృత్యువుపాలు అవటం వలన ఆ సంస్థ కనుమరగైనది తర్వాత నాగార్జునసాగర్‌లో శ్రీకొండిపర్తి శేషగిరిరావుగారు చిత్రకళాసాధనతో బాటుగా, కళాసాహిత్యంతో కూడ కృషిచేసి 2, 3 గ్రంధాలను కూడా ప్రచురించారు వారు బాలకేంద్రకి గౌ॥ కళోపాధ్యాయులుగా పనిచేసి కొందరు యువ చిత్రకారులను తయారుచేశారు ఈనాడు పేపరు కార్టూనిస్టుగా ప్రఖ్యాతి చెందిన శ్రీధర్‌గారు కూడా నల్గొండ వాస్తవ్యులే ఇంకా విదేశాలలో శ్రీ కృష్ణారెడ్డి గారు ప్రముఖ చిత్రకారులు వారిలో శ్రీ నోముల సత్యనారాయణ ఆర్టు టీచరుగా రూపొందినారు అతను కూడా కొన్ని చిత్రాలు వేశాడు ఇంకనూ స్థానిక ప్రభుత్వ జూనియర్ కళాశాలలో శ్రీ సుదర్శన్ గారు ఆర్ట్‌టీచర్‌గా పని చేస్తున్నారు ఆయన చిత్రకళలో ప్రభుత్వ డిప్లమో పొందారు అనేక నీటిరంగుల, తైలవర్ణ చిత్రాలను కూడా వేశారు, వారు "ఆహార్య కళలో" రాష్ట్రపతి అవార్డు సైతం పొందినారు.

మెదక్ జిల్లాలో చిత్రకళకి సిద్ధిపేట ప్రసిద్ధి చెందినది ప్రముఖ చిత్రకారులు శ్రీ కాపు రాజయ్యగారు అందుకు మూలపురుషుడు శ్రీ రాజయ్యగారు జానపద చిత్ర కళలో విశేషమైన కృషిచేసి జాతీయ, అంతర్జాతీయ అవార్డులను కూడా కైవసం చేసుకున్నారు వారు సిద్ధి పేటలో "లలిత కళా సమితి" అనే సంస్థను స్థాపించి అనేక మంది శిష్యులను కూడా తయారుచేసినారు వారిలో కీ శే జివై గిరి, శ్రీ వై బాలయ్య, శ్రీ నర్సా రెడ్డి శ్రీ కడార్ల శేషయ్య, శ్రీ రాజేశమ్ మొదలైన వారు గురువుగారి పేరును నిలబెట్టనారు శ్రీ వై బాలయ్యగారు బాతిక్ చిత్రకళను ప్రత్యేకంగా అధ్యయనం చేశారు. అనేక వేల బాతిక్ చిత్రాలను

సృష్టించి దేశ విదేశాలలో విక్రయించి, ఖ్యాతిని, ధనాన్ని కూడా ఆర్జించారు అతను ఉత్తమ ఉపాధ్యాయుడుగా జాతీయ పురస్కారాన్ని సైతం అందుకున్నారు

ఖమ్మం జిల్లా : జిల్లాలో చిత్రకారులు కూడా అంతగా ప్రచారంలోనికి రాలేదు అక్కడ నుండి మన చిత్రకళా ప్రదర్శనలకు ఒకరిద్దరు ఔత్సాహిక చిత్రకారుల మాత్రం పెయింటిగ్స్ పంపుతూ ఉండేవారు

రంగారెడ్డి జిల్లా : జంటనగరాలలో ఎందరో మహా కళాకారులున్నారు హైదరాబాదులోని నిజామ్ ప్రభుత్వము ఉన్నప్పుడే ఒక ఫైన్ ఆర్ట్స్ మరియు ఫోటోగ్రాఫిక్ స్కూలు ఉండేది అక్కడ అనేక రత్నాల వంటి చిత్రకారులు తయారైనారు ముఖ్యంగా శ్రీ పి టి రెడ్డి గారు చిత్రకళలో దాదాపు 50 సంవత్సరములు కృషిచేశారు ఆయన జంటనగరాలలో "చిత్రకళా పితామహుడు" నిజానికి ఆయన జీవితకాలం నిరంతరం కృషిచేసి వేలాది చిత్రాలను, శిల్పాలను కూడా చేశారు నారాయణ గుడా సెంటరులోని వారి నివాసంలో 'సుదర్మ ఆర్టు గ్యాలరి"గా తీర్చి దిద్దినారు ఆంధ్రప్రదేశ్ లలితకళా అకాడమీకి ఆయన అధ్యక్షులుగా పనిచేశారు కేంద్ర లలిత కళాఅకాడమీలో ఫెలోషిప్ సంపాదించారు ఇటీవల (1997) ఆయన దివంగతు లయినారు ఆయన ప్రభావం జంటనగరాలోని అనేక చిత్రకారులపైన వున్నది ఆదునిక చిత్రకళలో అనేక నూతన ప్రయోగాలు చేసిన కీ॥శే రెడ్డిగారిని "ఆంధ్ర పికాసో" అని అనటంలో అతిశయోక్తి లేదు

ఆ తర్వాత నగరంలోని సినియర్ చిత్రకారులు శ్రీ పి ఆర్ రాజుగారు, శ్రీ కొండపల్లి శేషగిరి రావుగారు గత 5, 6 దశాబ్దాలనుండి కృషిచేస్తున్నారు శ్రీ పి ఆర్ రాజుగారు మద్రాసు స్కూల్ అఫ్ ఆర్ట్సులో శ్రీదెవి ప్రసాద్‌రాయ్ చౌదరిగారి నేతృత్వంలో చిత్రకళ నేర్చుకొన్నామని సగర్వంగా చెబుతుంటారు శ్రీ రాజుగారు అనేక వర్ణ చిత్రాలను వివిధ ప్రక్రియలో చిత్రించారు ఆయన హైదరాబాదులో వుంటున్నాగాని తాను రాయలసీమ ప్రతినిధిని అంటారు కారణం ఆయన చిత్తూరు జిల్లాకి చెందినవారు స్థానికంగా "బారత కళాపరిషత్" అనే సంస్థను స్థాపించి శ్రీ చలసాని ప్రసాదరావుగారి సంపాదకీయంలో "కళ" అనే పేరుతో 5. 6 వార్షిక సంచికలను ప్రకటించారు వీరి కుమారుడు శ్రీ వి ఆర్ పాలాల గారి సహకారంతో ప్రకాశంనగర్‌లో ఒక "ఆర్టు స్టడీ సర్కిల్" ను స్థాపించి అనేక మందికి చిత్రకళ నేర్పుచున్నారు శ్రీ రాజుగారు అనేక ప్రభుత్వకళాసంస్థలలో సభ్యత్వం కలిగి యున్నారు కేంద్రలలిత కళా అకాడమీకి సభ్యులుగా ఎన్నికై, "రికగ్నిషన్ మరియు గ్రాంట్స్ కమిటీ'కి సభ్యులుగా కూడా ఎన్నికయినారు. మద్రాసు రీజనల్ లలిత కళా అకాడమీ, సౌత్ సెంట్రల్ కల్చరల్ జోన్‌కి ప్రతినిధిగా ఉన్నారు శ్రీ పి ఆర్ రాజుగార్కి శ్రీవేంకటేశ్వర విశ్వవిద్యాలయం వారు గత సంవత్సరము గౌరవ డాక్టరేట్ యిచ్చి సత్కరించారు తర్వాత ఆంధ్రప్రదేశ్ ప్రభుత్వం ఏర్పాటు చేసిన రాష్ట్రసాంస్కృతిక సమాఖ్యకు సభ్యులుగా నామినేట్ చేయబడినారు దానికి గౌ॥ డా॥ సి నారాయణరెడ్డిగారు అధ్యక్షులు

ప్రముఖ చిత్రకారులు శ్రీ కొండపల్లి శేషగిరిరావుగారు ఆంధ్ర సాంప్రదాయ చిత్రకళకు కొత్తరూపురేఖలు దిద్దిన మహా కళాకారులు ఆంధ్ర ప్రబంధాలకి సజీవమైన పాత్రలను సృష్టించారు విరు చాలాకాలము జవహర్‌లాల్ నెహ్రూ సాంకేతిక విశ్వవిద్యాలయం వారి లలిత కళాశాలలో ప్రొఫెసర్ గాను, వైస్‌ప్రిన్సిపల్ గాను పనిచేశారు ప్రస్తుతం కళాకారిణి గౌ॥ మాజి ప్రధాని శ్రీ పి వి నరసింహారావు కుమార్తె శ్రీమతి వాణీదేవిగారు స్థాపించిన శ్రీ యస్ వి ఫైన్ ఆర్ట్స్ కళాశాలకు డైరెక్టర్‌గా పనిచేస్తున్నారు

ఇంకా జంటనగరాలలో చెప్పుకోదగిన చిత్ర కారులలో కీ॥శే వడమాని మధుసూదనరావుగారు, విద్యా భూషణ్‌గారు మరోపురాని మహాకళాకారులు శ్రీ జగదీష్‌మిత్తల్ గారు, శ్రీ జె సుల్తాన్ ఆలీగారు ఉత్తమ చిత్రకారులు ఇంకా వర్తమాన చిత్రకారులలో శ్రీ గౌరీశంకర్‌గారు, శ్రీ బి ఎ రెడ్డిగారు, శ్రీ నరేంద్రరామ్ గారు, శ్రీ వైకుంఠమ్‌గారు, శ్రీ లక్ష్మాగౌడ్‌గారు, శ్రీ సూర్య ప్రకాష్‌గారు, శ్రీ చంద్రగారు మరెందరో మహానుభావులు నిరంతరం కృషిచేస్తున్నారు ఇంకా యువతరం కళాకారులు, కళానారీమణులు చిత్ర, శిల్పకళలో ముందడుగు వేస్తున్నారు భవిష్యత్తులో వారి వలన అంధ్రప్రదేశ్ శిల్పచిత్రకళల కీర్తి దేశవిదేశాలలో తప్పక ఇనుమడించగలదని ఆశించుచున్నాను

ఇక మన నవరంగ్ సభ్యులైన చిత్రకారులను పరిచయం చేసుకుందాము ముందుకు పోదాం రండి!

వరూధుని ప్రవరాఖ్యులు,
Sri Kondapalli Sesha Giri Rao,
Hyderabad.

గుంటూరు జిల్లాలో చిత్రకళాభ్యుదయం

విశ్లేషణ శ్రీ వి.పి. శర్మ

Aucharya Nagarjuna Peetam
By Sri V P Sarma

గుంటూరు జిల్లా విద్యలోనూ, విద్వత్‌లోనూ ముందుండటమే గాక సాహిత్య, సాంస్కృతిక, కళారంగాలలో కూడా అనాదిగా ఆరితేరినది చిత్రకళా రంగంలో కూడా యధావిధిగా పురోగమిం చింది స్వాతంత్ర్యోద్యమానికి ముందుగానే కీ.శే గుఱ్ఱం మల్లయ్యగారు ఎన్నో వర్ణ చిత్రాలు వేశారు వారు తొలుత బందరులో జాతీయ కళాశాలలో ప్రమోద్‌కుమార్ చటోపాధ్యాయగారి వద్ద శిక్షణ పొందారు వారి చిత్రాలలో జాతీయతా బావం, స్వాతంత్ర్య ఆకాంక్ష ప్రస్ఫుటంగా కనపడుతుండేది. ఇందుకు ఉదాహరణగా వారు వేసిన "బ్రహ్మ నాయుడు" చిత్రం పేర్కొనవచ్చు ఈ జిల్లాలో తొలుదొలుత పేర్కొన తగిన చిత్రకారులు ఆయనే తర్వాత తెనాలిలో కీ.శే గాలి శేషయ్య చిత్రకళలో కృషి చేశారు అయితే వారి చిత్రకళా సేవలు ఆ రోజులోని వివిద ప్రైవేట్ సంస్థల పాఠ్యపుస్తకాలకే పరిమితమయ్యాయి పచ్చలతాడి పర్రు వాస్తవ్యులు శ్రీ యలవర్తి వెంకట లక్ష్మయ్యగారు ఆ రోజులలో మద్రాసు వెళ్ళి ఫైనార్ట్సులో 4సం డిప్లమో తీసుకున్నారు అంతేగాక భారత ప్రభుత్వం తరపున ఇటాలియన్ స్కాలర్‌గా ఎంపికై చిత్ర, శిల్ప కళలను అక్కడ అభ్యసించారు. వీరు అమరావతి దేవాలయాన్ని నిర్మించిన రాజా వాసిరెడ్డి వేంకటాద్రి నాయుడు శిల్పం తయారుచేశారు అనంతరం పేర్కొనతగిన వారు తెనాలికి చెందిన చిత్రకారులు శ్రీ ఆదెళ్ళ హనుమంతరావు గారు వీరు కొంతకాలం మచిలీపట్నంలోని జాతీయ కళాశాలలో చిత్రకళను అభ్యసించి అనేక రెఖాచిత్రములను, వర్ణ చిత్రములను కూడా వేశారు తెనాలి మున్సిపల్ హైస్కూలులో చిత్రకళోపాధ్యాయులుగా పనిచేసి అనేక మందికి చిత్రకళలో శిక్షణ యిచ్చారు తెనాలి సమీపంలోని బోడపాడు గ్రామంలోని శ్రీ ఎ ఆర్ కృష్ణ కూడా హైదరాబాద్ వెళ్ళి చిత్రకళలో డిప్లమో చేశారు వారు కూడా కొన్ని ఆదునిక బావాలు గల తైల వర్ణచిత్రాలు వేసి ప్రదర్శనలకి పంపుతూ వుండేవారు గుంటూరులో కొన్నాళ్ళు కీ.శే. అడివి బాపిరాజు గారు ఒక కళా పీఠాన్ని స్థాపించి కొందరు యువ చిత్రకారులను తయారు చేశారు వారిలో పేర్కొనదగిన వారు కీ.శే పి రాజసింహం వారు వృత్తిరిత్యా బ్యాంకు ఉద్యోగి అయినప్పటికీ తీరిక సమయంలో గుంటూరులోని కళాపీఠం తరపున మరి కొందరు యువ చిత్రకారులను తయారు చేశారు వారిలో శ్రీ డి వి.ప్రసాద్, కీ.శే. దాసరి నాగవర్ధనరావు, శ్రీ పి యం జైన్, శ్రీ మారేమండ శ్రీనివాసరావు, శ్రీ ఎ రాధాకృష్ణమూర్తి, శ్రీ అన్నవరపు కోటేశ్వరరావు మొదలైన వారు చిత్రకళలో కృషి చేశారు శ్రీ రాజు నీటి రంగులలో వాష్ టెక్నిక్‌లో అనేక చిత్రాలను వేశారు

తర్వాత గుంటూరులో శ్రీ అమానుల్లాఖాన్ కూడా శ్రీ అడివి బాపిరాజు కళాపీఠం కార్యదర్శిగా కొన్ని వాస్తవ వాదరూప చిత్రాలు వెలుగు నీడ లతో వేయటమే గాక, కొన్ని కళా ప్రదర్శనలను కూడా స్థానికంగా నిర్వహించారు గుంటూరులో సీనియర్ చిత్రకారులు శ్రీ పి వీరయ్య పేరెన్నికగన్న ఫోటోగ్రాఫర్ మాత్రమే గాక అనేక కళాఖండాలను నీటి రంగులలో, తైలవర్ణాలలోనూ వేశారు ఇప్పటికి వీరు కొన్ని తైలవర్ణచిత్రములను వేస్తూనె వున్నారు. తొలుత మంగళగిరి నుండి శ్రీ ఎ వి యస్ ఆర్ జోస్యులు అనేక పత్రికలకు బావ పూరితమైన రేఖా చిత్రాలను వేస్తూవుండెవారు అనంతరం వీరు గుంటూరు సమీపంలోని ఫిరంగిపురం హైస్కూలులో డ్రాయింగు టీచర్‌గా పనిచేశారు వీరు కత్తిరింపుల చిత్రములు వేయటంలో చైనా కళాకారుల స్థాయిని అందుకోకల్గినారు ఇక శ్రీ రాగి వెంకటేశ్వరరావు స్థానిక మెడికల్ కాలేజీలో ఆర్టిస్టుగానూ, ఫోటో గ్రాఫర్‌గానూ పని చేశారు ఆయన అనేక రూప వర్ణ చిత్రాలను తయారు చేశారు చిత్రకళారంగంలోని వివిధ అంశాలలోనూ ఆయన కృషి చేశారు

Artist Sri S N Patnaik

గుంటూరు పట్టణం లోని ప్రభుత్వ మహిళా కళాశాలలో శిల్పకళాశాఖ అధ్యాపకునిగా పని చేసిన శ్రీ సి యన్ ఎస్. పట్నాయక్ శిల్పకళతో బాటుగా చిత్రకళలో కూడా విశేషమైన కృషి చేశారు వీరు పుర ప్రముఖుల, విద్యావేత్తల ప్రోత్సాహంతో నగరంలో అనేక మంది జాతీయోద్యమ నాయకుల రూప శిల్పాలను తీర్చిదిద్దారు అనేక భావపూరితమైన ఆధునిక కాంస్య శిల్ప విగ్రహాలను రూపొందించినారు కొన్నాళ్ళు ఆంధ్ర ప్రదేశ లలిత కళా ఎకాడమీకి వైస్

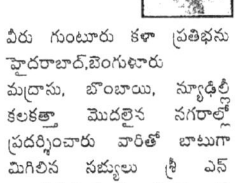

ప్రెసిడెంట్‌గా కూడా పని చేశారు వీరి కుమారుడు శ్రీ రవి శంకర్ పట్నాయక్ గారు ప్రస్తుతం విశాఖ పట్నంలోని ఆంధ్ర విశ్వ విద్యాల యంలో శిల్పకళా విభాగంలో ప్రొఫెసర్‌గా పని చేస్తున్నారు ఇటీవల వీరు ఢిల్లీలో శాశ్వతంగా ప్రతిష్ఠించటానికి పూజ్యబాపూజీ కాంస్య విగ్రహాన్ని భారీ ఎత్తున తయారుచేశారు

గుంటూరులోని సీనియర్ కళాకారులలో పేర్కొన దగిన వారిలో కీశే బెల్లంకొండ వెంకటేశ్వర్లు ఒకరు వీరు కూడా మెడికల్ కాలేజిలో ఆర్టిస్టుగా పని చేస్తూ అనేక ప్రసిద్ధ శిల్పాలను ప్లాస్టర్ ఆఫ్ పారిస్‌తోనూ, సిమెంటుతోనూ మాత్రమే గాక అనేక కాంస్య విగ్రహాలను కూడా రూపొందించారు వీరు తయారు చేసిన అనేక దేశ నాయకుల శిల్పాలు గుంటూరులో నేటికి మనకు కనువిందు చేస్తున్నాయి

రేపల్లెలోని కీశే నందం శంకరరామనాదం కూడా ఆ రోజులలో చల్లపల్లి, నూడివీడు మొదలైన జమీందార్ల రూపతైల వర్ణ చిత్రాలను వేసి యిచ్చారు తర్వాత బట్టిప్రోలు వాస్తవ్యులు కీశే జి కోటేశ్వరరావు కూడా చేయి తిరిగిన చిత్రకారులలో ఒకరు వీరు కూడా బందరు జాతీయ చిత్రకళాశాలలో చిత్ర లేఖనం అభ్యసించారు కొన్నాళ్ళు తర్వాత సినిమా ఆర్ట్ డైరెక్టర్‌గా కృషి చేసి వచ్చి రూపవర్ణ చిత్రములను అనేకం తయారు చేశారు పస్తుతం గుంటూరు కళా

Painting By Sri G N Rao

పాండవులుగా అఖిల బారత ఖ్యాతిని ఆర్జించిన చిత్రకారులలో ఒకరైన శ్రీ డి నాగపర్ధనరావు ఉపాధ్యాయులు అయినా, వారి కళాఖండాలు ఆంధ్రాలోనే కాక అనేక పట్టణాలలోని ఆర్టు గ్యాలరీలలో ప్రదర్శించబడి కనువిందు చేస్తున్నాయి శ్రీ జి నరసింహారావు గారు తైలవర్ణ చిత్రాలను ఆధునికపద్ధతులలోరూపొందించడములో ప్రసిద్ధులు

Artist
Sri G Narasimha Rao
Guntur

వీరు గుంటూరు కళా ప్రతిభను హైదరాబాద్,బెంగుళూరు మద్రాసు, బొంబాయి, న్యూఢిల్లీ కలకత్తా మొదలైన నగరాల్లో ప్రదర్శించారు వారితో బాటుగా మిగిలిన సభ్యులు శ్రీ ఎస్ విజయకుమార్, శ్రీ ఉస్మాన్ ఖాన్, శ్రీ రాజకపూర్ కూడా వేసిన అనేక వర్ణ చిత్రములు న్యూఢిల్లీలోని జాతీయ లలిత కళాప్రదర్శనకు ఎంపిక అయ్యాయి

Artist
Sri Osman Khan
Guntur

వీరి చిత్రాలు అనేక జాతీయ, రాష్ట్రీయ కళా ప్రదర్శనలో బహుమతులను కూడా పొందాయి ఇంకనూ పూర్వపు బాపిరాజు కళాపీఠం సభ్యులు శ్రీ పి యస్ జైన్ "శాంతి ఆర్ట్సును" స్థాపించి బారతీయ చిత్ర కళా విశేషాలను ప్రచురించి దేశ విదేశాలలో ఇనుమడింపచేశారు గుంటూరులో శ్రీదేవి ప్రసాద్ వివిద పుస్తకాలకి ముఖ చిత్రాలను, మరియు డయాగ్రమ్స్‌ను వేస్తూ తమ తీరిక సమయంలో కొన్ని ఊహా చిత్రాలను కూడా వేస్తూ వున్నారు వినుకొండలో కీశే పొట్లూరి హనుమంతరావు గారు 1935–1955 ప్రాంతంలో బారతి,ఆంధ్రపత్రిక వార్షిక సంచికలలోనుఅనేక వర్ణచిత్రాలను ప్రచురించారు వారి చిత్రాలలో తేట తెలుగు తనం వెల్లివిరుస్తూ వుండేది వారి ఏకలవ్య శిష్యుడు శ్రీ చివుకుల బరద్వాజ శాస్త్రి కొంతకాలం వినుకొండలో చిత్రకళలో కృషిచేసి ప్రస్తుతం ప్రకాశం జిల్లా గిద్దలూరులో వుంటున్నారు ఇంకను శ్రీ పొట్లూరి హనుమంతురావు గారి కుమారులు శ్రీ రామారావు వివిధ రాష్ట్రాలలో ఉద్యోగం చేసి ఆయా ప్రాంతాలలోని ప్రకృతి అంద చందాలను చిత్రించుకొని వచ్చారు

Dr S Sanjiva Dev

గుంటూరు జిల్లా కళాకీర్తి శిఖరాలను, తేజాన్ని అనంతంగా ప్రభావితం చేసిన "కళా తపస్వి" శ్రీ సూర్యదేవర సంజీవదేవ్ గారు కేవలం చిత్రకారులు మాత్రమే గాక సాహిత్యాది సకల కళలను అధ్యయనం చేసి వాటికి భాష్యం చెప్పిన మహనీయులు ఆయన అనేక భావదృశ్యాలను చిత్రించారు వీరు స్వయంకృషితో అనేక తైలవర్ణ చిత్రాలను, ప్రకృతి జల వర్ణ చిత్రాలను అనేక ఆదునిక బావరూప దృశ్య కావ్యాలను చిత్రించారు వీరు చిత్రకళపైన అనేక విమర్శ నాత్మకమైన వ్యాసాలను రచించి గ్రంథ రూపాలలో ప్రచురించారు

శ్రీ సంజీవదేవ్‌కు దేశంలోని వివిధ ప్రాంతాలలోనూ విశేషమైన అభిమానులు ఉన్నారు వారు అందరూ డా సంజీవ్‌దేవ్ గారి వర్ణచిత్రాలను విశాఖపట్నం లోను హైదరాబాదులోనూ, బెంగుళూరు లోనూ, మద్రాస్, బొంబాయి వంటి మహానగరాలలో కూడా ప్రదర్శించారు వీరికి ఆంధ్రాయూనివర్శిటి వారు గౌరవ డాక్టరేటు ప్రధానం చేశారు

Painting by Sri Osman Khan

గుంటూరు జిల్లాలోని పొన్నూరు సమీపంలోని కసుకుర్రు గ్రామంలో జన్మించిన శ్రీకంచర్ల బ్రహ్మయ్య 1951 మద్రాస్ ఆర్టు కాలేజీ నుండి ఫైన్ఆర్ట్‌లో డిప్లమా చేసి గుంటూరులో 1952 53 ప్రాంతాలలో ఒకచిత్రకళాశాలనూ కూడా నిర్వహించారు అనంతరం వారికి పురాతత్వశాఖలో ఉద్యోగం లభించగానే నాగార్జునసాగర్ నిర్మాణంలో, సాగర గర్భములో కలసిపోయిన నాగార్జున కొండ మ్యూజియంను పునర్‌నిర్మాణము చేయుటలో శ్రీగుజ్జం మల్లయ్యతో పాటు కృషిచేసినారు. మరో కసుకుర్రు వాస్తవ్యులు శ్రీ మేరుగు చిన్నయ్య ప్రకాశం జిల్లాలోని గంగవరంలో చాలాకాలం చిత్రకళో పాధ్యాయుడుగా పని చేసినారు వీరుకూడా కె బ్రహ్మయ్యగారి శిష్యులుగా అనేక వర్ణచిత్రాలను రూపొందించి వివిధ కళా ప్రదర్శనలకు పంపి అనేక బహుమతులను పొందారు. వారు రాష్ట్రస్థాయిలో ఉత్తమ ఉపాధ్యాయులుగా అవార్డు కూడా పొందారు.

కొల్లాపికు చెందిన కీ॥ జాస్తిమల్ల సత్యనారాయణ "సత్యసాయి" కృష్ణాజిల్లా మోపాదేవి మండలంలో డ్రాయింగ్ టీచరుగా పనిచేశారు వీరు కూచిపూడి నాట్యకళను గురించి, బందరు కోటను గురించి, చెక్కెర కర్మాగారమును మరికొన్ని ఆనాటి చారిత్రక దృశ్యాలను నీటి రంగులతో చక్కగా చిత్రించారు వీరు చిత్రించిన 1985 ఉప్పెన గాలివానను చిత్రానికి ఆంధ్రప్రదేశ్ లలిత కళా అకాడమీవారు అవార్డును కూడా ఇచ్చారు

Painting by Sri Vijay Kumar

తెనాలి తాలూకా పొంచాలవరములో జన్మించిన శ్రీపణితపు నాగేశ్వరువు గుడివాడ వెళ్ళి కీ॥శే కొప్పాడ వేణుగోపాల్ గారి వద్ద చిత్ర కళలో శిక్షణపొంది ప్రభుత్వ డ్రాయింగ్ పరాక్షలలో ఉత్తీర్ణులు అయినారు అనంతరం గుంటూరు జిల్లా వల్లబాపురం బోర్డు హైస్కూల్‌లో డ్రాయింగ్ టీచరుగా చేరారు అప్పటి నూండి వీరు అనేకమంది విద్యార్థులకు చిత్రకళ నేర్పి ప్రభుత్వడ్రాయింగ్ పరీక్షలకు పంపుచున్నారు వీరు అనేక రేఖాచిత్రాలనువర్ణచిత్రాలను వేశారు చిత్రకళలోనేగాక ఫొటోగ్రఫీలోకూడా వీరికి చక్కని పరిచయమున్నది వీరు అనేక సచిత్ర వ్యాసాలను వ్రాసి వివిధ పత్రికలలో ప్రచురించారు శ్రీ నాగేశ్వరరావుగారు గ్లాస్ పెయింటింగ్‌లో ప్రత్యేకమైన కృషి చేశారు వీరు వేసిన గ్లాస్ పెయింటింగ్స్ వివిద జిల్లాలలోని సాధారణ కళాభిమానుల నివాసములలో కూడా విస్తరించి ఉన్నాయి

Geetha Bodha Sri P Nageswara Rao, Glass Painting

ఈ జిల్లాలోని రేపల్లె తాలూకాలో ఒకగ్రామైన వెల్లటూరులో 1934 సంవత్సరంలో జన్మించిన సుప్రసిద్ధ చిత్రకారుడు శ్రీ వెల్లటూరి పూర్ణానంద శర్మ వీరు గత 50 సంవత్సరముల నుండి భారతీయ చిత్రకళలో అవిరళ ప్రచురిత కృషి చెస్తున్నారు 1951 నుండి నేటి వరకు వివిద పత్రకలలోను మాగజైన్లలోనూ, వీరువేసిన వర్ణ చిత్రాలు, వేలాది రేఖాచిత్రాలు ఆంధ్రజ్యోతి సంస్కృతికి దర్పణంగా పడుతు ఉన్నాయి ఆయన చిత్రాలలో ఆంధ్ర గ్రామీణ వాతావరణము తెలుగువారి ఆచార వ్యవహారాలు కట్టుబొట్టు తీరు తెనులు తెలుగు జాతికి గర్వ కారణంగా ఉంటాయి శర్మగారు వేసిన అనేక వర్ణచిత్రాలు దేశంలోని వివిధరాష్ట్రాలలో జరిగిన చిత్రకళా ప్రదర్శనములలో ప్రదర్శించబడి అనేక బహుమతులను పొందినవి. ఆయన గత 40 సంవత్సరంలుగా ఆర్టుటీచరుగా గుంటూరు జిల్లా పరిషత్ హైస్కూళ్లలో పనిచేసి అనేక వందలమంది యువ చిత్రకారులను తయారు చేశారు 1969 వెల్లటూరులో నవరంగ్ చిత్రకళా నికేతన్ అనే సంస్థను స్థాపించి బాల బాలికలకు యువ చిత్రకారులకు పోటీలు నిర్వహించి గణనీయమైన బహుమతులు ఇచ్చి

ప్రోత్సహించారు వారు కొంత కాలం ఆంధ్రప్రదేశ్ లలితకళా అకాడమీ కార్య వర్గసభ్యులు గానూ ఎన్నుకోబడి వారిలో చిత్రకళా భివృద్ధికి కృషిచేసారు శ్రీ శర్మగారు ఉద్యోగవిరమణ చేసిన అనంతరం జిల్లారాజధాని అయిన గుంటూరుకు వచ్చి అక్కడ ఒక చిత్రకళాశాలను నిర్వహిస్తున్నారు

Artist Sri V P Sarma

వికాస్ పబ్లిక్ స్కూలులో
చిత్రకళా ప్రదర్శన సందర్భంలో

చీరాలకు చెందిన చిత్రకారుడు శ్రీ శిలా వీరరాజుగారు 1955 నుండి 1969 వరకు ప్రత్తిపాడు సమీపం లోని శ్రీఅబ్బినేని గుంట వారి పాలెంలో డ్రాయింగ్ టీచర్‌గా పనిచేస్తూ వివిధ పత్రికలలో చక్కని రేఖాచిత్రాలు వేశారు బాపట్ల అగ్రికల్చర్ కాలేజీలో ఆర్టిస్ట్‌గా పని చేస్తున్న ప్రముఖ చిత్రకారుడు శ్రీ ఉప్పి. కృష్ణమూర్తిగారు శిల్ప చిత్ర కళలలో గత మూడు నాలుగు దశాబ్దాల నుండి విశేషమైన కృషిచేస్తున్నారు వీరు వేసిన అనేక వర్ణచిత్రాలు, దారు శిల్పములు వివిధనగరంలలో ప్రదర్శించబడినవి 1970 ప్రాంతములో వీరు బాపట్లలో లలిత కళాకేంద్రము ఒకటి ఏర్పాటుచేసి అనేక చిత్రకళా ప్రదర్శనలను నిర్వహించారు ఇంకనూ ఈ జిల్లాలో అనేక మంది మహానుభావులు చిత్ర కళలో కృషిచేసి ఆంధ్రప్రదేశ్ లోనేగాక వివిధ రాష్ట్రాలలో గుంటూరుజిల్లా చిత్రకళా ప్రతిభను విస్తరింప జేస్తున్నారు వారి అందరికీ మన సంస్థ తరవున అభినందనలు తెలియజేస్తున్నాము

Dream Of Maya Devi
by - Sri Uichi Bapatla

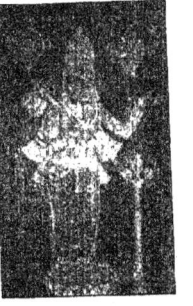

Sri Annamacharya Oil
Painting by Sri
V Poorna Nanda Sarma

Painting by Sri
Osman Khan

NAVARANG CHITRAKALA NIKETAN

(Vellatur Art Society)

Regd No 55/70

BRIEF HISTORY

Our All India Art Society "Navarang Chitrakala Niketan established in 1968-69 a well known Artist Sri Vellatur Poornanda Sarma at Vellatur for the promotion of Art in Drawing and Painting among the children and youth It is registered in 1970 and recognised by AP Lalit Kala Akademi, Hyderabad Then it started to conduct All India Child Art Exhibitions from 1971 and continued till now Then it has also begin to conduct youth (Amateur) Art competitions in All India level from 1973 After getting recognition from Central Lalit Kala Akademi, New Delhi in 1978-79, the Niketan extended its services to senior Artists also by conducting Regional Art Exhibitions

The Niketan arranged its children and young Artists paintings Exhibitions [campaign] in various centres- Tenali, Guntur, Vijayawada Hyderabad, Bang alore & New Delhi etc, to create a zeal among the children and public The founder and secretary Sri Sarma is giving coaching in the Art to children and youth several children got prizes in State level, National level and International level also from Japan, Germany, Rome and Shankars Compe titions Some of them had gone to Fine Arts Colleges at Hyderabad and Waltair They got Diplomas and Degrees also Some students passed Govt Technical Exams in Drawing and Painting which helped to their lively hood The Niketan has done all this work from a remote village of the District till now Then its office was carried to the District Head Quarters and discharging its programmes since 1993-94 on words in a view to give better service to the members both Artists and Art lovers too

ఆదర్శప్రాయమైన "కళా ప్రవీణులు" డా॥ కాపు రాజయ్యగారు, సిద్దిపేట

Bio-data : Sri Kapu Rajaiah born on 7-4-1925 at Siddipeta, Medak Dt. (AP) Smt Bhoolakshmi and Sri Raghavalu are his parents. First he studied Art under the Guidence of Sri P Kuberudru and Sri P Nimbagiri, and then he got a Diploma in painting from the school of Art and Architecture, Hyderabad. Then he got an appointment in the Govt High School, Siddipet as an Art Teacher and worked there for more than 3 decades.

Sri K Rajaiah has done his paintings mainly in folk style depicting the life and culture of the rustic people of Telangana Area.

He got so many Awards from various Art Institutions and Akademies from all over India. He got Gold Medals from Hyderabad Art Society, and AP Lalit Kala Akademi, Hyderabad, Silpa Kala Parishad, Patna and he got National Award from Lalit Kala Akademi, New Delhi, 1990 for his oil painting "Risky life", He got senior fellow ship from the Human Resource and Development, New Delhi. He got an Honourary Doctorate as "Kala Praveen" for his Art-in 1993 from the J N T University Hyderabad. Sri P S Telugu University, honoured him with *Visista Puraskaram* title also. Felicetations Sri K Rajaiah honoured by the state Govt of A P in 1966 and by his students with Rajitha Patra and a cash Award of Rs 2016 along with a souvenir also. He is hounored by all most all of the small and big Art and Cultural Associations in the state including AP Lalit Kala Akademi, Hyderabad.

Artists Camps APLKA, Hyderabad in 1979 LKA, Karnataka, Gulbarga in 1982, Grafic Art Work shop 83, South Cultural Zone "Apna Kala Ustav" Vijayawada '87 of South central cutural zone Nagapur at Hyderabad in 1993, Tradational Art Work shop at Hydarabad in 1994, and AP Cultural Department, at Hyderabad 1995 Art Exhibitions Dr K Rajaiah's Paintings were Exhibited in many Major All India, & State Art Exhibitions and won several Awards. His Paintings are also exhibited in forign contries also like, Jekos'avekia, Hangary Bulgaria, Rumania in 1956, Sophiya '63 Astraliya Perth 1964, Kentagi (USA' 1976) Havai, Cuba, Mecxico, 1985, London 1988, Etc.

His paintings have been collected by the Modern Art gallery LKA New Delhi Salar Jung Musium, TTD Tirupatni Bangalore Museum, Cultural Museum, Masco (USSR) Etc.

He published several reproductions of his painting. He is member in so many Art Associations and He is the founder & President of Lalit Kala Samithi, Siddipeta, Medak Dt (A P)

తెలుగు కళామతల్లి ముద్దుల కుమారుడు శ్రీ కాపు రాజయ్యగారు తేది 7-4-1925న మెదక్ జిల్లా సిద్దిపేటలో పుణ్యదంపతులు శ్రీమతి పూలక్ష్మి శ్రీ రాఘవులుగార్కి జన్మించారు. వీరికి విద్యాభ్యాసం నుండి చిత్రకళపైన మక్కువ ఎక్కువగా వుండేది. తొలుత వీరు కళా గురువులు శ్రీ పి కుబేరుడు, పి నింబగిరి గార్ల వద్ద ట్రైనింగ్ చేసుకొని తర్వాత హైదరాబాద్ లోని కాలేజ్ ఆఫ్ ఆర్ట్సు మరియు ఆర్కిటెక్చర్లో శిక్షణపొంది పెయింటింగ్ లో డిప్లమా తీసుకొన్నారు.

అనంతరం వారు తమ స్వగ్రామమైన సిద్దిపేట ప్రభుత్వ ఉన్నత పాఠశాలలో ఆర్ట్ టీచర్గా జాయిన్ అయినారు. అనేక మంది విద్యార్థులకి చిత్రకళలో చక్కని శిక్షణ ఇచ్చి, తాను కూడా అనేకమైన జానపద వర్ణ చిత్రములను తయారు చేశారు. వీరి శిష్యులలో శ్రీ గౌరీ శంకర్ శ్రీ నర్సిరెడ్డి, శ్రీ రాజేశమ్ శ్రీ శ్రీ బాలయ్య శ్రీ కె శేషయ్య శ్రీ యాదగిరి మొదలైన వారు చక్కగా చిత్రకళలో రాణించారు.

శ్రీ రాజయ్యగారు 1953 నుండి నేటివరకు దేశంలోని అనేక ప్రాంతాల్లోని కళాసంస్థలనుండి గణనీయమైనఅవార్డులు, పురస్కారములు పొందారు వీరి వర్ణ చిత్రాలకి హైదరాబాద్లోని "హైదరాబాద్ ఆర్టు సొసైటీవారు", ఆంధ్రప్రదేశ లలిత కళా అకాడమీ వారు పాట్నాలోని (బిహార్) శిల్పకళా పరిషత్వారు, స్వర్ణపతకాలను యిచ్చి గౌరవించారు అంతేకాక ఆంధ్రప్రదేశ్ లలిత కళా అకాడమీ వారు వీరిని విశిష్ట సభ్యునిగా స్వీకరించి ప్రత్యేకంగా స్వర్ణ పతకాన్ని ఇచ్చి గౌరవించారు

19[illegible]లో [illegible] '[illegible]' అనే పల్లె చిత్రానికి కేంద్ర లలిత కళా ఎకాడమీ వారు జాతీయ పురస్కారాన్ని ఇచ్చి ప్రోత్సహించారు 1993లో జె యన్ టి యూనివర్సిటి వారు గౌరవ డాక్టరేట్ మరియు 'కళాప్రవీణ" బిరుదు నివ్వగా, తెలుగు విశ్వ విద్యాలయం వారు 'విశిష్టగౌరవ పురస్కారాన్ని" అందచేశారు 1966 లోనే ఆంధ్రప్రదేశ్ ప్రభుత్వంవారు సన్మానించగా వారి శిష్యబృందము అభినందన పూర్వకముగా ఒక రజిత పత్రమును రూ 2016 లు నగదును సమర్పించి గౌరవించారు 1968 నుండి ప్రతి ఏటా రాష్ట్రంలోని వివిధ లలిత కళా సంస్థలు వీరిని గౌరవించాయి వరంగల్లు, భీమవరం, మెదక్, గుంటూరు, వెల్లటూరు, కామారెడ్డి, జనగామ్, హైదరాబద్, సిద్దిపేటలలో అనేక సన్మానాలు కూడా పొందారు 1993లో తెలుగు విశ్వవిద్యాలయం వారు వీరికి విశిష్ట పురస్కారముగా రూ 50 వేల నగదును ముఖ్యమంత్రి గారి చేత యిప్పించి, ఘనసన్మానం చేశారు

డా కె రాజయ్యగారు హైదరాబాద్లో 1979లో లలిత కళా ఎకాడమీ వారు నిర్వహించి ప్రాంతీయ చిత్రకళా శిబిరంలోనూ, గుల్బర్గాలో 1982లో కర్నాటక లలిత కళా ఎకాడమీ వారు నిర్వహించిన అఖిల బారత చిత్రకళా శిబిరంలోనూ 1983లో హైదరాబాద్లోని గ్రాఫిక్ ఆర్ట్సు క్యాంపులోనూ, తర్వాత 1984లో మద్రాసులోని లలితకళా రీజినల్ చిత్రకళాశిబిరంలోనూ, కోణార్కలో ఒరిస్సా లలిత కళా ఎకాడమీ వారి వాష్ పెయింటింగ్ శిబిరంలోనూ, 1987లో విజయవాడ లో జరిగిన "అపనా కళా ఉత్సవ్' లోనూ, 1992 జమ్ము, మన్సూర్లో జరిగిన అఖిలభారత "కళా శిబిరం" లోనూ, 1993 మరియు 1995లో సౌత్ [illegible] సెంట్రల్ జోన్ నాగపూర్ వారి 'సంప్రదాయ కళా శిబిరం' లోనూ పల్లెటూరి చక్కని వర్ణచిత్రాలు వేశారు.

వీరి స్వీయ చిత్ర కళా ప్రదర్శనములు దేశంలోని వివిధ కేంద్రములలోనే గాక 1956లో జెకొస్లొవేకియా, హంగేరీ, 1963లో బల్గేరియాలోనూ, 1964 సం॥ ఆస్ట్రేలియాలోనూ 1972 లో "పాతిక సం॥ల చిత్రకళా" ప్రదర్శన, 1976లో అమెరికాలోని "కెంటకీ యూనివర్సిటీ" లో '85లో హవానా క్యూబాలోనూ, '88లో లండన్లోనూ తదితర ప్రదేశములలో ఏర్పాటు చేశారు వీరి చిత్రాలు అనేక ప్రభుత్వ సంస్థలు మరియు ప్రైవేటు సంస్థలు సత్కరించి వీరిని అమితంగా గౌరవించి, ప్రోత్సహించాయి వీరి చిత్రాలు ఢిల్లి లోని నేషనల్ గ్యాలరి ఆఫ్ మోడరన్ ఆర్టులోనూ, కేంద్ర లలిత కళా ఎకాడమీలోనూ, సాలార్జంగ్ మ్యూజియం లోనూ, త్రివేంద్రంలోని శ్రీ చిత్రాలయ ఆర్టుగ్యాలరిలోనూ, కర్ణాటక మైసూరు ఆర్టుగ్యాలరీలోనూ, బెంగుళూరు మ్యూజియంలోనూ, మాస్కో లోని కళా మ్యూజియం మొదలైన చోట్ల మనం చూడగలుగుతాము డాక్టర్ రాజయ్య తెలుగు వారు కావటం మన అదృష్టం

అడ్రసు :
శ్రీ కె రాజయ్య
ఆర్టిస్టు, ప్రెసిడెంట్,
లలిత కళాసమితి,
సిద్దిపేట మెదక్ జిల్లా

Harest Woman
by Sri K. Rajaiah, Siddipet.

మాన్య కళాకారులు

శ్రీ శ్రీ పొట్లూరి హనుమంతరావు గారు

వినుకొండ, గుంటూరు జిల్లా.

Late Sri **Potluri Hanumantha Rao** was born 1907 at Vinukonda, Guntur Dt He studied in Hindu High School, Machilipatnam First he learnt Free hand drawing, Chalk Painting, Water & Oil paintings in the Jatheeya Kalasala, Machilipatnam under the guidance of late Venkata Sastry and advanced course under the guidance of Sri Promod Kumar Chatarjee and Sri R.N. Chakravarthy He likes wash techinic and tempera painting in Indian Art His Colleegues are Sri Gurram Mallaiah, Sri Adavi Bapiraju, Sri SVS Rama Rao, Sri Madhavapeddi Gokhale, Sri Tejomurthula Kesava Rao, Sri Bhogaraju Venkata Ratnam (S/o Pattabhi Seetha Ramaiah) who got name and fame

Sri P Hanumantha Rao has done great paintings of ' Kavi Brahma Tikkana" "Mota Bavi", Oocha Biyyam", "Garala Bikshuvu," "Jangili Gunpu" "Vasantha Ganam," ' Pagadala Varthakalu," "Cock & Hens," "Kommaru Balintha," Bujja-gimpu," "Vidya Biksham," Gabbilam" of Jashuva kavi, Etc, Nearly 30-35 paintings Some of them were (Pictures) Published in "Bharathi" and Andhra Patrika Annual Issues He got Gold medal from A.P Khadi & Swadersi Exhibition at Kakinada in 1936 and an other gold medal from V Y.M.L Assen, Rajahmundry He expired on 6-9-1994 at his Native place

తెలుగు కళామతల్లి ముద్దుబిడ్డ శ్రీ పొట్లూరి హనుమంతరావు గారు 1907లో గుంటూరు జిల్లా వినుకొండలో జన్మించారు, వీరు మచిలీపట్నంలోని హిందూ హైస్కూలులో సాదారణ విద్య నభ్యసించారు శ్రీ జాతీయ కళాశాలలో కీ॥ శే॥ వీరంకి వెంకట శాస్త్రిగారి వద్ద చిత్రలేఖనంలో (డ్రాయింగు పెయింటింగ్) అభ్యసించారు. అనంతరం కీ॥ శే॥ ప్రమోద్ కుమార్‌చటర్జీ గారి వద్ద మరియు రవీంద్రనాద్ చక్రవర్తి గార్ల వద్ద ఎడ్వాన్సుడు కోర్సులో శిక్షణ పొందినారు వీరికి నీటి రంగులలో 'వాష్ టెక్నిక్ మరియు టెంపెరా పద్ధతులు అంటే అబిమానం!

చిత్రకళా అభ్యాసంలో వీరి సహచరులు శ్రీయుతులు గుఱ్ఱం మల్లయ్యగారు, రచయిత శ్రీ అడవి బాపిరాజుగారు, మాధవపెద్ది గోఖలే తేజోమూర్తుల కేశవరావుగారు, భోగరాజు పట్టాభిసీతరామయ్యగారి కుమారులు శ్రీ బోగరాజు వేంకట రత్నంగారు కూడా పేరెన్నికగన్న అనాటి చిత్రకారులు శ్రీ హనుమంతరావు గారు "కవిబ్రహ్మ తిక్కన మోట బావి". "ఊచ బియ్యం", "గారాల భిక్షువులు' చిత్రం "జంగ్లీగుంపు", "వసంత రాగము", చిత్రం "పగడాల వర్తకులు" "కోళ్లసంసారం", కొమ్మరు బాలింత", "బుజ్జగింపు", గుఱ్ఱంజాషువా గారి 'గబ్బిలం" గంథమునకు ముఖ చిత్రం వేశారు వీరి చిత్రాలు కొన్ని 'భారతి ఆంధ్రపత్రిక సంవత్సరాది సంచిక లోనూ ప్రచురించబడినవి

వీరి చిత్రాలకు 1936లో కాకినాడలో జరిగిన అఖిల భారత స్వదేశ ఖాదీ మరియు చిత్రకళా ప్రదర్శనములోనూ, రాజమండ్రిలో వైయమ్‌సిఎల్ అసోసియేషన్ వారికళా ప్రదర్శనంలో ప్రసిద్ధ చిత్రకళాకారులు ఆచార్య శ్రీవరదా వెంకట రత్నంగారి నుండి కూడా స్వర్ణ పతకములు అందు కొన్నారు ఇటీవల 1994లో వీరు స్వగ్రామం వినుకొండలో తుదిశ్వాస విడిచినారు వీరి ఏకైక కుమారులు శ్రీ పొట్లూరి రామారావు గారు కూడా చిత్రకారులు కావటము ముదావహము

"Bujjagimpu (1935" water colour
Sri P. Hanumantha Rao, Vinukonda.

గిద్దలూరు ఉద్దండ కళాకారులు
శ్రీ చివుకుల భరద్వాజ శాస్త్రి

Sri Chivukula Bharadwaja Sastry was born in 1927 at Giddalur (Prakasm District,AP) in a middle class Brahmin family Sri Ch Venkata Krishnaiah and Venkata Lakshmi were his parents He studied upto IX class He discontinued his studies due to his deep interest on the Fine Arts like Drawing and Painting as well as sculpture First he desired to practice Dance (Bharata Natyam) but he leave on to learn the Art of Drawing and Painting under the guidence of Sri M L N Reddy and he learnt the Tecnnics on Indian Art from Sri Potluru Hanumantha Rao at Vinukonda Then he has under gone Traditional Scuipure from Sri Nandipati Gurulinga Chary Stapathi Sri Sastry drawn so many paintings in water colours as well as oil paints He painted Apostn picture and gave it to Rsaman Catnalic Centre, Nellore in 1955 Sri Sastry painted an oil painting-portrait of Sri Potti Sree Ramulu and presented the same to Laxmibai Harijan Hostel at Nellore(1956)

Awards:- He got Ist prize in the state level Art Exhibition organised by the Chitrakala Parishad, Nellore in 1958 Mysore Dasara Art Exhibition 1962 for his "Water Pots" painting Gold Medal from Navarang Chitrakala Niketan Vellatur in 1987 for his painting "Shakthi" and Best Award from NCN, Vellatur for his "Village Belles with grass Bindles' in 1989 Lalitkala Parishad. Visakhapatnam (1992) cash Awarded tor "Kavi Thikkana' painting prize

Sri Sastry selected for eminent Artists pension from the Central Govt. New Delhi in 1990. He is honoured by Nehru Yuvaka Kendra at Alavalapadu with 'Praja Ratna' title in 1995 and interviewed by the All India Radio, Cuddapah In the Histroical Meeting of Sri C P Brown in Cuddapah his painting "Vemana" has been awarded Rs 5000/- in 1996 and another Cash Award of Rs5000 - for his painting "Yerrapragada painting by the District Collector of Prakasm Dist in 1997 He is also a freedom fighter

శ్రీ చివుకుల భరద్వాజ శాస్త్రిగారు ప్రకాశంజిల్లా గిద్దలూరు నగరంలో 1927లో ఒక సామాన్య బ్రాహ్మణ కుటుంబములో జన్మించారు శ్రీ వెంకట కృష్ణయ్య శ్రీమతి వెంకట లక్ష్మిగార్లు వీరి జననీ జనకులు వీరు జన్మస్థలములోనే 9వ తరగతి వరకు చదువుకున్నారు అప్పటి స్వాతంత్రోద్యమ ప్రచారంలో బుర్రకథలు. నృత్యాలు చేయుటం నేర్చుకొన్నారు అంతేకాక వీరికి చిన్నతనం నుండి చిత్రలేఖనం పైన శిలా శిల్పంపైన అభిమానము కలినది శ్రీ యం యల్ యమ్ రెడ్డి గారి వద్ద కొన్నాళ్ళు డ్రాయింగ్, పెయింటింగ్ నేర్చుకున్నారు అనంతరం వినుకొండ వెళ్ళి శ్రీ పొట్లూరు హనుమంతరావు గార్ని ఆశ్రయించి ఏకలవ్యుని వలే భారతీయ చిత్రకళను అభ్యసించారు అంతటితో తృప్తిపడక శ్రీ నందిపాటి గురులింగాచార్య స్థపతి గారివద్ద సాంప్రదాయ శిల్పాన్ని కూడా అభ్యసించారు

శ్రీ శాస్త్రిగారు స్వయం కృషితో ఎన్నో గొప్ప ఊహాచిత్రాలను నీటిరంగులలోనూ, తైలవర్ణాలలోనూ వేశారు వీరు 1955 నెల్లూరు రోమన్ కాథలిక్ సెంటర్ వారికి "అపోస్థుల" చిత్రం వేసియున్నారు 1956 లో నెల్లూరులోని లక్ష్మిబాయమ్మ హరిజన హాస్టలుకి శ్రీ పొట్టిశ్రీరాములు గారి తైలవర్ణచిత్రంవేసి యిచ్చారు ఇంకా ఎన్నో సంస్థలకి తన చిత్రాలను వేసియిచ్చిన్నారు ఈయన తన వర్ణచిత్రాలకి ఎన్నో బహుమతులను పొందినారు 1958 లో నెల్లూరు చిత్రకళా పరిషత్ పోటిలో వీరి 'నిండు కుండలు' అనే చిత్రానికి ప్రథమ బహుమతి లభించగా, మరల అదే చిత్రానికి 1962 లో మైసూరులో జరిగిన దసరా ఉత్సవాలలో ద్వితీయ బహుమతి లభించినది 1987 లో వెల్లటూరు నవరంగ్ చిత్రకళ పోటీలలో వీరి "శక్తి" ఉత్తమ చిత్రంగా ఎన్నికై స్వర్ణపతకము పొందినది మరల 1989లో వీరి "పల్లెపడుచులు గడ్డి మోపులు" అనే చిత్రం కూడా అక్కడ ఉత్తమ పురస్కారం 'బంగారు పతకం' లబించినది 1988లో వీరి చిత్రం న్యూఢిల్లీ చిత్రకళ ప్రదర్శనలో ప్రదర్శింపబడినది 1992లో విశాఖ లలిత కళాపరిషత్ వీరి 'తిక్కన' చిత్రానికి ఒక షీల్డ్ బహుకరించారు

1990 లో శ్రీ శాస్త్రి గార్కి కేంద్ర ప్రభుత్వంచే వృద్ధ కళాకారుల జీవన భృతి మంజూరు అయినది 1995 ప్రకాశం జిల్లా నెహ్రూయువక కేంద్రం వారు అలవలపాడులో జరిగిన ఒక సభలో వీరికి "ప్రజారత్న" బిరుదు అవార్డును బహుకరించారు 1996లో కడపలో జరిగిన రాయలసీమ చరిత్ర మహాసభలో వీరి "వేమన" చిత్రానికి రు 5000లు నగదు బహుమతినిచ్చారు 1997 లో ఉగాదికి ప్రకాశంలో జిల్లా కలక్టరు శ్రీ దాసరి శ్రీనివాసులు గారు వీరి "ఎర్రాప్రెగడ" కవి తిక్కన చిత్రానికి రు 5000లు బహుకరించారు 1996లో ఆయన చిత్రకళను ఆకాశవాణి కడప కేంద్రం వారు పరిచయం చేశారు ఇంకను అనేక కళాప్రదర్శనలకి, ఆఫీసులకి తన చిత్రాలను, శిల్పాలను కూడా చేసి యిచ్చినారు వీరి ఏకైక కుమారుడు కీశే చి వెంకట కృష్ణ యువజన చిత్రకారుడిగా రాణించే తరుణంలో అతనిని భగవంతుడు తీసికొనిపోయి శాస్త్రి గారికి పుట్టెడు దుఃఖాన్ని మిగిల్చినారు ప్రస్తుతం శాస్త్రి గారు గిద్దలూరులోనే ఉంటున్నారు

Address:
Sri Ch Bharadwaja Sastry,
Sarma Street, Giddalur -PO,
Prakasam Dt, AP.

Sri Ravada Krishna born on 28th March 1932 in Rajahmundry His father is Sri Appala Swamy, encouraged him in Education as well as his hobby of Art Sri Krishna passed M A (Litt) and B Ed, and passed Drawing, Painting and Design Govt Exams under the guidance of his gurujis Sri V S Harischandra Sarma He joined and worked as B.Ed Asst in Z P High School East Godawari Dist

Sri Ravada Krishna developed his hobby very well and sent his own Drawings and paintings to several Telugu periodicals and thus once he became a popular artists of weeklies Readers (1957to72) He sent his paintings to so many Art Exhibitions also and got Good Prizes He got Awards from the Rajahmundry Art Exhibitions during 1973, 1974 and 1976 Konaseema ChitrakalaParishad,Amalapuram Exhibition 1994,II Prize, 1996-IV Prize, Navarang Silver Jubilee Art Exb. Guntur 1995-IInd Prize, Ankala Art Academy Bhimavaram, 1976 (H C) '94 Award, '96-II Prize from Lalit Kala Parishad, Visakhapatnam in the year 1996 Commended prize

One man shows.- At Rajahmundry 1993 and Sri Ravada felicitated by Rajahmundry Chitrakala Nikethan

రాజమండ్రి ప్రౌఢచిత్రకారుడు

శ్రీ రావాడ కృష్ణ గారు

Present Address :

Sri Ravada Krishna, Retd, BEd Asst, H No 86-4-11. New V...puram, Danavaripeta, Rajahmundry, 533103, E G Dt AP

శ్రీ రావాడ కృష్ణగారు ది 28-3-1972 న రాజమండ్రి లో జన్మించారు. వీరి తండ్రి కీ॥శే॥ అప్పల స్వామి గారు వీరు రాజమండ్రిలోనే వుంటూ బి.ఎ మరియు బి.ఇడి చేశారు తర్వాత యం.ఎ. (లిటరేచర్) కూడా చేశారు వీరికి బాల్యం నుండి చిత్రలేఖనంలో అభిరుచి మెండు. వీరు 1957 నుండి 1972 వరకు తెలుగు వార పత్రికలలో దాదాపు 80 (ఊహా) రేఖాచిత్రాలను వేశారు వీరు ప్రముఖ చిత్రాకారులు శ్రీ వి యస్ హరిశ్చంద్రశర్మగారి వద్ద చిత్ర లేఖనం (painting) అభ్యసించి పెయింటింగ్‌లోని మెళుకు వలు తెలుసుకొన్నారు

వీరు డ్రాయింగు, పెయింటింగు, డిజైను మొదలైన ప్రభుత్వ పరీక్షలు కూడా ఉత్తీర్ణులైనారు అనంతరం తూర్పు గోదావరి జిల్లాపరిషత్‌లో హైస్కూలు బి.యిడి అసిస్టెంట్‌గా ఉద్యోగంలో చేరినారు వారు తీరిక సమయంలో తన హాబీని విస్మరించక కొన్ని కొన్ని శిల్ప చిత్రములను తయారుచేశారు

రావాడ కృష్ణగారు తాను వేసిన వర్ణచిత్రాలను వివిధ పోటీలకి పంపి అనేక బహుమతులను కూడా పొందినారు వీరి చిత్రాలు రాజమండ్రి లో 1973, '1974, '1976 లో జరిగిన అఖిలభారతస్థాయి చిత్రకళా ప్రదర్శనలో ప్రదర్శించబడినవి తర్వాత 1994లో అమలాపురంలోని కోనసీమ చిత్రకళా పరిషత్ వారి చిత్రకళా ప్రదర్శనలో ద్వితీయ బహుమతి 1996లో పంచమస్థాయి బహుమతి లభించినవి. గుంటూరులో 1995లో జరిగిన నవరంగ్ రజతోత్సవ చిత్రకళ పోటీలో వీరి చిత్రానికి ద్వితీయ బహుమతి లభించినది భీమవరం అంకాలా ఆర్టు ఎకాడమీ వారి 1976 కళా ప్రదర్శనలో హైలికమెండెడ్, సర్టిఫికెట్ '94లో మెరిట్ అవార్డు బహుమతిని 1996 లో ద్వితీయ బహుమతి పొందినారు ఇంకనూ విశాఖపట్నం లలిత కళాపరిషత్ వారి 1996 కళా ప్రదర్శనంలో కన్సోలేషన్ ప్రైజు లభించినవి

రాజమండ్రిలోని చిత్రకళా నికేతన్‌వారు వీరి శిల్ప చిత్రకళా ప్రదర్శనమును (solo) 1993లో ఏర్పాటు చేసి వీరిని ఘనంగా సత్కరించారు 1994లో అమలాపురంలోనూ, 1995 లో కీ॥శే॥ సీతారామాచార్య స్మారక చిత్రకళా నిలయం వారు కూడా ఘనంగా సన్మానించారు రావాడ కృష్ణగారు ఇప్పటికి 25 జాతీయ నాయకుల బాస్‌రిలీఫ్ త్రిడైమెన్షన్ శిల్పాలను వర్తులాకారంలో ప్లాస్టర్ ఆఫ్ పారిస్‌తో చక్కగా తీర్చిదిద్దినారు వీరికి సాంప్రదాయ శైలిలోనేగాక ఆధునిక చిత్రకళలో కూడా ప్రవేశంవున్నది అంతేగాక వీరు చిత్రకళను గురించి చక్కగా ఉపన్యసించగలరు

Combing Hair
by Sri Ravada Krishna

Sri S. N Buddha was born on 15th July 1948 Perents Sri Parasuram and Smt Narayanamma Native of Rajahmundry He studied in Syamalamba Elementary school and V T High School, Rajahmundry He learnt the Art of Drawing and Painting under the able guidance of Sri Marunganti Sitarama Charyulu and a close desiple of Acharya Varada Venkata Ratnam Sri Buddna Satya Narayana likes Traditional Art styles He passed A P State Govt Drawing Examinations in state first Rank

He joined as Art Master in the V T High School where he studied. He used water colours, poster colours, tempera colours and oil colours for his paintings He got awards from Rajahmundry for "koyas Folk' at Vijayawada "Wedding calls" and "poosala people' in Siddipeta, "Singari" in Visakha-patnam and his painting "Krishnastami" at Bhimavaram Etc.

Sri S N Buddha felicitated as Best Artist and Art teacher in his Native place Rajahmundry and he honoured many Artists in varicus occations He published an Art Book in Telugu " Learn art your self" in two parts Address Sri S N Budha, Art Master, V T High School, Innispet, Rajahmundry, E G Dt A P

మన శ్రేయోభిలాషులు రాజమండ్రి చిత్రకారుడు, రచయిత

శ్రీ బుద్ధా సత్యనారాయణ

శ్రీ బుద్ధా సత్యనారాయణ గారు రాజమండ్రిలో ది 15-7-1948 న పుణ్యదంపతులు శ్రీ పరశురామ్, నారాయణమ్మ గార్లకి జన్మించారు. వీరు రాజమండ్రి లోని శ్రీ శ్యామలాంబ ప్రాథమిక పాఠశాల లోనూ వీరేశలింగం ఆస్తికోన్నత పాఠశాలలో సెకండరీ విద్యను పూర్తి చేశారు వీరు శ్రీ మరుంగంటి సీతారామాచార్యులు గారివద్ద చిత్ర కళలో శిక్షణ పొందినారు శ్రీ ఆచార్యులుగారు శ్రీవరదా వెంకటరత్నం గారి ప్రియశిష్యులు. కీశే వరదా వారు సర్ జె జె స్కూలు ఆఫ్ ఆర్ట్స్ నుండి ప్రైవేట్‌గా డిప్లమో చేశారు వీరి వద్ద శ్రీ యస్ ఎన్, బుద్ధాగారు సాంప్రదాయ చిత్రకళలో శిక్షణ పొందారు ప్రభుత్వ డ్రాయింగ్ పరీక్షలలో ప్రెసిడెన్సీ ఫస్టుగా ఉత్తీర్ణులైనారు అనంతరం తాను చదువుకొన్న వి టి హైస్కూలులోనే ఆర్టు టీచరుగా ప్రవేశించిన నాటనుండి విద్యార్థులకు మక్కువతో చిత్రకళ నేర్పుతున్నారు

వీరు నీటి రంగులు, పోస్టర్ కలర్స్, టెంపరా పొడరు కలర్స్, ఆయిల్ కలర్సులలో అనేక చిత్రాలను వేసినారు వీరి చిత్రాలు 'కోయివాళ్ళ' కి రాజమండ్రిలోనూ, "పెళ్ళి పిలుపు" చిత్రానికి విజయవాడలో "పూసలవారు' కి సిద్దిపేటలో వీరి 'సింగారికి' విశాఖ పట్టణంలోను '(శ్రీకృష్ణాష్టమి" చిత్రానికి బీమవరం లో, "పోర్ట్రైట్" చిత్రానికి రాజమండ్రి లోను వివిధ స్థాయిల్లో బహుమతులు లభించినవి

వీరు ఉత్తమ చిత్రకారుడు గానూ, ఉత్తమ చిత్రకళోపాధ్యాయుడు గాను రాజమండ్రిలోని వివిధ సంస్థల నుండి సత్కారములు పొంది యున్నారు తాను సత్కారాలు పొందటమేగాక ఈ కళలో ఆరితేరిన అనేకమంది శిల్పులను, చిత్రకారులను కూడా వీరు యథోచితంగా సత్కరించారు వీరు ఇటీవల 'మీరూ ఆర్టు నేర్చుకోండి' అనే పేరుతో రెండు భాగాలుగల చిత్రకళా గ్రంథాలను తెలుగులోను రచించి ప్రచురించారు

అడ్రస్.
శ్రీ బుద్ధా సత్యనారాయణ,
Art Teacher
c/o V T High School,
ఇన్నీస్ పేట, రాజమండ్రి

→

"Yuga Purush" Sri. Kandukuri Veerasalingam

యుగపురుషుడు కందుకూరి వీరేశలింగం దంపతులు

"by Sri S. N. Buddha, Rajahmundry.

శ్రీ యం.యస్. మండల్

ఒరిస్సా చిత్రకారుడు, కొలాబ్ నగర్.

Sri. M.S. Mandal, Art Teacher, Govt High School, Kolab Nagar, Koraput Dist Pin 764001 Orissa - Born on 12th Nov. 1954 at "Belong" to Balasore District He passed H.S.C and Diploma in Fine Arts Secured certificate in Photography also

Awards : Best Award Gold medal, I Prizes, II prizes and Silver medals also from Various All India Art Exhibitions from Coimbatore & Mahakoshal Kala Parishad, Raipur (M.P.) and Navarang Vellatur (A.P.) also

సంప్రదాయ చిత్రకారుడు శ్రీ మధుసూదన మండల్ ఒరిస్సాలోని బల్సారా జిల్లాలోని బెలాంగ్ అనే గ్రామంలో జన్మించారు వీరు అచటనే హైస్కూలు విద్యను పూర్తి చేసికొన్నారు. ఫైన్‌ఆర్ట్స్‌లో ప్రభుత్వ డిప్లమా పొంది, డ్రాయింగ్ టీచర్ సర్టిఫికెట్ కోర్సులో సీనియర్ డిప్లమో పొందారు

తర్వాత గవర్నమెంట్ హైస్కూలు, కొలాబ్‌నగర్‌లో డ్రాయింగ్ టీచరుగా పని చేస్తున్నారు మన నవరంగ్ ఔత్సాహిక జాతీయ చిత్రకళా పోటీల లో కూడా ఇతను పాల్గొన్నాడు వీరు వెలుగునీడలతో నిండిన రీయల స్టిన్ శైలిలోనూ, రేఖాంకితమైన సాంప్రదాయ శైలి లోను చిత్రాలు వేస్తారు

ఇతనికి అఖిల భారతస్థాయి చిత్రకళాప్రదర్శనలలో ఉత్తమ పురస్కారముగా స్వర్ణపతకాన్ని, అనేక సార్లు మొదటి, రెండవ బహుమతులు అందుకున్నారు గోల్డ్, సిల్వర్ మెడల్స్‌కూడా పొందారు ఫోటోగ్రఫి లో కూడా డిప్లమో చేశారు మన చిత్రకళా నికేతన్‌లో లైఫ్ మెంబరుగా చేరారు. ఇంకను మధ్యప్రదేశ్‌లోని రాయపూర్‌లోని మహాకోశల్ కళా పరిషత్‌కు కోఆర్డినేటర్‌గా పని చేస్తున్నారు ఇతను ప్రకృతి చిత్ర కళలో అందెవేసిన చెయ్యి. భావ రూప వైవిధ్యాన్ని వివిద రంగులతో మనోరంజకంగా చిత్రాలు వేశారు

Address: Sri M S Mandal,
Art Teacher, Govt High School,
Kolab Nagar. Orissa

Divine Lovers
Sri M. S. Mandal

"Village Scene"
by Sri M S Mandal, Kolab Nagar

శ్రీ అరవింద్ టి. అక్కి.

శ్రీ అరవిందాశ్రమ్ చిత్రకారుడు పాండిచేరి.

Sri Aravind T. Akki, is son of well known artist late shri T P Akki, (Ex-president of Karnataka Lalit Kala Akademi, Bangalore and Director, founder of Vijaya Art Institute of Gadag) Aravind is the brother of Shri Ashok Akki (National Award winner of Lalit Kala Akademi, New Delhi 1990-91) He is the Principal, Vijaya college of Fine Arts, Gadag. Arvind was born in 1956 in Karnataka and graduated from Sri Aurobindo International Educational Centre, Pondichery 1979

Awards: Pondicherry, 1992 Andhra Pradesh Art exhibition C K.S Machilipatnam and Vijayawada 1997, Guntur 94, Bhimavaram 96, A I Art Exhibition '96, Participated in several artists' camps His works are represented in Rg L K A., KA-DEM, Madras and Tanjore **Address:**

Sri Arvind T Akki
Sri Aurbindo Ashram
Pondichery-605002 (S I)

శ్రీ అరవింద్ టి. అక్కి 1956 లో కర్నాటకలోని గదగ్‌లో జన్మించారు తండ్రి ప్రముఖ చిత్రకారుడు కీ శే శ్రీ టి పి అక్కిగారు. వారు కర్నాటక లలితకళా ఎకాడమీకి ప్రెసిడెంట్‌గా పనిచేశారు ఆయన తన స్వస్థలంలోనే విజయ ఆర్టు ఇనిస్టిట్యూట్‌ను స్థాపించారు దానికి అరవింద్‌గారి సోదరుడు శ్రీ అశోక్ అక్కిగారు ప్రిన్సిపాల్‌గా పని చేస్తున్నారు. శ్రీ అశోక్ అక్కిగారు న్యూడిల్లీలోని లలిత్‌కళా ఎకాడమీ వారి 1990-91 సంవత్సరపు నేషనల్ అవార్డుని అందుకున్నారు

మన సభ్యులు అరవింద్‌గారు 1979లో శ్రీ అరవిందా ఆశ్రమం లోని అంతర్జాతీయ విశ్వ విద్యాలయం పాండిచ్చేరి నుండి పట్టభద్రులు అయినారు ఈయన బాల్యంలోనే శంకర్స్ అంతర్జాతీయ బాల చిత్రకళా పోటీలలో బహుమతి పొందారు తర్వాత తన తండ్రి. అన్నగార్ల వద్ద శిక్షణ పొంది అనేక ఆదునిక వర్ణచిత్రాలను వేశారు శ్రీ అరవింద్ 1992 పాండిచ్చేరి స్టేట్ ఆర్టు ఎగ్జిబిషన్‌లోను, 1994 లో మచిలీపట్నం చిత్రకళా సంసద్ ఎవార్డును, 1994లో ఆంధ్రఎకాడమీ ఆప్ ఆర్ట్స్. విజయవాడ అవార్డును, 1995లో గుంటూరులో జరిగిన 15వ ప్రాంతీయ చిత్రకళా ప్రదర్శనలోనూ. భీమవరం అంకాలా ఆర్టు అకాడమీ అవార్డును. (1996లో) విశాఖ చిత్రకళా ప్రదర్శనలో మరోక అవార్డును పొందారు ఈ విదంగా ఆయనకీ మన రాష్ట్రంతో అనుబంధం ఏర్పడినది

ఈ అరవింద్ అక్కిగారు ఇంకను దేశమంతటా జరిగిన అనేక చిత్రకళా ప్రదర్శనలో పాల్గొన్నారు 1990 నుండి పాండిచ్చేరి లోను, తిరుపతి మొదలైన చోట్ల జరిగిన 7 8 ఆర్టిస్టుల క్యాంపులలో పాల్గొన్నారు వీరి చిత్రాలు మద్రాసు ప్రాంతీయ లలిత్‌కళా ఎకాడమీ ఆర్ట్ గ్యాలరీలోనూ న్యూడిల్లీలోనూ పాండిచ్చేరి ప్రభుత్వ మ్యూజియంలోనూ, గదగ రాజ భవన్‌లోనూ సౌత్ సెంట్రల్ కల్చరల్ జోన్ సెంటర్, తంజావూరు లోనూ, మరియ అనేక దేశవిదేశ కళా సంస్థలు సేకరించి విరిని ప్రోత్సహించినవి

"Call Beyond 95-V"
by Sri Aravind T Akki, Pondicherry

కర్నాటక యువ చిత్రకారుడు
శ్రీ. యు. మంజునాధమయ్య

Sri Manjunatha Maaya. U. Native of UPPUNDA of Kundapur Taluk, D K District, Karnataka, is a Commerce graduate and a self taught artist- presently employed in M/s Vijaya Group of Bombay under the Mangalore branch

He is participating in several Art Exhibitions from 1984 in south and north also He got Awards from Karnataka State level Art Exihibition at Kundapur in 1985, The 1st prize in 21st All India youth Art Exhibition, Navarang Chitrakala Niketan, Vellatur, 1991 (A P) IInd prize (1992) and IIIrd prize (1993) and Silver medal in the silver Jubilee Art exhibition of NCN, Guntur1995,etc

He participated in the artists' camps, Banne Kudura 1994, Balamanu 1996, and Kesaragod of Karnataka state. Life Member in Artists form of UDIPI (D K Dt) Collections Many private collections at Hyderabad, Mangalore, Bangalore and at Ananthapur etc

శ్రీ యు మంజునాదమయ్య కర్నాటకలోని డికే జిల్లా కుండపూర్ తాలూకలోని 'ఉప్పుంద' గ్రామానికి చెందిన యువ చిత్రకారుడు

ఇతను కామర్సు డిగ్రీ హోల్డరు అయినాగాని కళయందు గల అభిమానంతో స్వయంకృషితో ఒక చిత్రకారుడుగా పెరిగాడు వీర. నీటిరంగులలోనూ, తైలవర్ణాలలోనూ, చక్కని ఊహాచిత్రాలను, ప్రకృతి దృశ్యాలను చిత్రించాడు ఇతను 1984 నుండి కర్ణాటక రాష్ట్ర లలితకళా ప్రదర్శనలకే గాక అనేక ఇతర కళా ప్రదర్శనలకు కూడా తన వర్ణచిత్రాలను పంపి బహుమతులను పొందినారు

1985 లో కుందాపూర్ లో జరిగిన కర్నాటక రాష్ట్ర చిత్రకళా ప్రదర్శనలోనూ, 1991 లో ఆంధ్ర ప్రదేశ్‌లోని వెల్లటూరులో జరిగిన 21వ అఖిలబారత యువజన చిత్రకళా ప్రదర్శనలో ప్రథమశ్రేణి బహుమతిని, 1992లో నవరంగ్ చిత్రకళా నికేతన్ పోటీలో ద్వితీయస్థాయి బహుమతిని, 1993 లో తృతీయశ్రేణి పురస్కారాన్ని అందుకున్నారు(1995) ఇతను 1994లో బన్నేకుదురులో ఆర్టిస్టుల ఫోరమ్‌వారునిర్వహించిన "చిత్రకళా శిబిరం" లోనూ, 1996లో వారే నిర్వహించిన 'బాలమాను' ఆర్టిస్టు క్యాంపులోనూ, 1996లో ఈయన కాసార్‌గఢ్‌లో నిర్వహించిన కళా శిబిరం లోనూ పాల్గొని తన కళకు మెరుగులు దిద్దుకున్నారు.

శ్రీ మంజునాధమయ్య మన సంస్థలోనేగాక ఉడిపిలోని ఔత్సాహిక కళాకారుల ఫోరంలో కూడా లైఫ్ మెంబరుగా వున్నారు ఈయన చిత్రాలను హైదరాబాదు, మంగుళూరు మరియు బెంగుళూరు, అనంతపూర్‌లోని అనేక ప్రైవేట్ సంస్థలు సేకరించి వున్నవి ఇంకను తన విరామ సమంలో చక్కని చిత్రాలు వేస్తున్నారు

Address :

Sri U. Manjunatha Miaya
Artist, Harsha Nilayam,
Po, UPPUNDA-576232
Tq Kundapur, Dk, Dist

Near the Shady tree
by Sri Manjunatha Maiya, Uppunda

Smt Ranjana Daharwal, W/o Shri Anand Daharwal born in Ranchi on 8th May, 1964, studied B Sc (Hons) and passed Ankan Bibhakar (B.F A) Her first Guruji is shri Ajit Pandit participated in the Art Exhibition of Nehru Art Gallery, Bhilai (M P 1989, 1992, 1993, 1994 Maha Koshal Kala Parishad, Raipur 1993, 94, Amritsar 1994 and got awards at Raipur 1993 NYK, Durg (MP) 1992, Nehru Art Gallery, Bhilai, 1996 Acted as Judge Bhilai Mahila College 1992, 93, 94, 95 Arts Club, Bhilai Steel Plant - 95 and Steel Club, Bhilai (M P) - 1994. Hitwad Competition 1995 One man shows Mahakoshal, Kala Parishad 1995, Steel Club, Bhilai, 1996 Her Daughter Miss Nikita Daharwal baby is also a good child Artist

Address

Smt Ranjana Dharwal

W/o Shri Ananda Daharwal,

Q No 17,B

Street No 52, Sector - 8,

Bhilai - 490 006 M P

శ్రీమతి రంజనాదహర్‌వాల్

భిలాయ్ చిత్రకారిణి

శ్రీమతి రంజనాదహర్ వాల్ గారు మధ్యప్రదేశ్‌లో రాంచీలో 1964 మే నెల 8వ తేదిన జన్మించారు, వీరి భర్త శ్రీ ఆనంద్ దహర్‌వాల్ గారు మంచి కళాభిమాని, చిత్ర కారిణి శ్రీమతి రంజనాగారు బి ఎస్సి హానర్స్ డిగ్రీహోల్డరు ఈమె "అంకనా బీభకర్" (B F A) చిత్రకళలో డిప్లమో చేసారు వీరి తొలి గురువు శ్రీ అజిత్ పండిట్‌గారి వద్ద చిత్రలేఖనంను అభ్యసించారు ఈమె అనేక చిత్రకళ పోటీలలో తమ వర్ణచిత్రాలతో పాల్గొన్నారు బిలాయ్‌లోని నెహ్రూ ఆర్టు గ్యాలరీ వారి కళా ప్రదర్శనలలో 1989, 92, 94, 96 సం లలో పాల్గొన్నారు 1996లో జాతీయస్థాయి పురస్కారాన్ని కూడా పొందినారు రాయ చూర్‌లో మహకోశల్ కళాపరిషత్ వారి అఖిలభారత చిత్రకళ పోటీలో పాల్గొని 1993 అవార్డు పొంది నారు భిలాయ్ స్టీల్ క్లబ్ వారి చిత్ర శిల్పకళా ప్రదర్శనలో పాల్గొన్నారు వీరికి డుర్గ్‌లోని నెహ్రూయువజన కేంద్రం చిత్ర పోటీలోనూ, 1992లో కూడా బహుమతి పొందారు వీరు భిలాయ్ లోని మహిళాకళాశాల పోటీలకి 92 నుండి 95 వరకు జడ్జిగా వ్యవహరించారు ఇంకా స్టీల్‌ప్లాంట్ ఆర్టుక్లబ్‌కి 1995లోనూ, బిలాయ్ స్టీల్ క్లబ్ వాళ్ళ చిత్రకళ పోటీకి 1994 లోనూ జడ్జిగా పనిచేశారు వీరి కుమార్తె చి నిఖితా దహర్‌వాల్ కూడ మంచి చైల్డు ఆర్టిస్టు అడ్రసుః c/o శ్రీ అనంద్ దహర్ వాల్, క్వార్టర్ నెం 17,B సెక్టార్ 10, స్ట్రీట్ నెం 96, భిలాయ్ 57

" Akruthi"
Smt Ranjana Dharwal,
Bhilai

"Cobber's life"
by Sri M Chinnaiah,
Kasukurru

లిమ్కా బుక్‌లోకి ఎక్కిన బాలచిత్రకారణి
కుమారి నిఖితా దహర్‌వాల్, భిలాయ్, మధ్యప్రదేశ్

Ms Nikita Daharwal born on 14th July 1991 in Bhilai, M P **Her perents are** Shri Anand Daharwal, and Smt Ranjana Daharwal She is studying in Delhi Public School, Bhilai, practicing the Art of Drawing and painting competitions from her early childhood

Prizes / Awards · Bhilai 1993, 94, 95, 96 Ist and 2nd prizes, and Merit Awards, Gold Medal 1994 Pullaiah Kala Nilayam Jangaon (A P), Diploma of Distinction by Young Envoys International In Hyderabad 1995. Ist prize, Chitrankan 1995 Durg, 2nd prize on the spot painting contest, Ranchi III prizes on environment protection 1996 Prathiman Art Social Organisation, Chhattis Garh, MP and All time winner of Delhi Public School.

Participation in the International Cultural Excha nge programme of Poland, and 8th Kanagawa Biennial World Child Art Exhibition, Japan, 1995 Display and Coverage. National Telecast - "Surabhi" on 23 July 95. Painting displayed from DD No 1 in "Chuntti Chitti" on 26th May 95 and covered by so many magazines and periodicals like Chempak, Bhopal, Balhans, Raipur, Chitra lekha, Art Drive Hyd, A P "spot light" Bhilai

News coverage: Local Dailies Raipur, Bhilai, Eenaadu, A P Hyd. Sunday Obeserver, Bombay, 'Femina' Etc ,

One man shows : 1st solo painting Exhibition July '95 at Bhulabhai Lad Art Gallery Bombay; Second Dec 1995 at New year Art Galleries Bhilai Collection M's Camlian Limited Bombay

కుమారి "నిఖితాదహర్ వాల్" బాల చిత్రకారుల్లో అగ్ర గణ్యురాలు. అతి చిరు ప్రాయంలోనే (5సం) ఈమె అంతర్జాతీయ స్థాయి బాల చిత్రకళా జగత్‌లో ఒక నక్షత్రం లాగ మెరసి, లిమ్కా బుక్ ఆఫ్ రికార్డ్సులోకి ఎక్కినందుకు అభి నందించాల్సిందే! ఈమె 1991 జులై 14వ తేదీన చిత్రకారిణి శ్రీమతి రంజనా, ఆనంద్ దహర్‌వాల్‌కి ముద్దుల మూటగా వెలసింది

నిఖితా బిలాయ్ స్కూలులో ప్రాదమిక విద్యనభ్యసిస్తున్నది. తల్లి తండ్రుల ప్రోత్సాహంతో ఈమే అనేక జాతీయ, అంతార్జాతీయ బాలల చిత్రకళ పోటీలకి తన చిత్రాలను పంపి, తగినన్ని బహుమతులను పొందినది ఈమె బిలాయ్‌లో 1993 నుండి జరుగుచున్న వివిధ చిత్రకళ పోటీలలో పాల్గొని అనేక ప్రథమ, ద్వితీయ, తృతీయ శ్రేణి బహుమతులు పొందినది ఇంకా రాయదుర్గ్‌లోనూ, వరంగల్‌లోనూ, హైదరాబాద్‌లోనూ, రాంచీలోనూ జరిగిన బాలచిత్రకళ పోటీల్లోనూ బహుమతులనుపొందినది

చి, నిఖితా 1995లో పోలెండ్ లో జరిగిన అంతర్జాతీయ కల్చరల్ ఎక్చేంజ్ ప్రోగామ్‌లోను 1995లో పాల్గొన్నది అదేసం॥ జపాన్‌లో జరిగిన 8వ కనగావా ద్వైవారిక అంతరాతీయ బాల చిత్రకళ పోటీలో పాల్గొన్నది 1996లో 'పరిసరాల సంరక్షణ" పైన మధ్యప్రదేశ్ ప్రభుత్వం వారు నిర్వహించిన పోటీ లోనూ తృతీయ బహుమతి పొందినది

చిన్నారి నిఖితా చిత్రాలను గురించి రేడియోలోనూ, TV లోనూ చంపక్, బాలహంస వంటి పత్రికలో ఈమె చిత్రములను చక్కగా రంగు లోనూ ప్రచురించారు ఈమె చిత్రాలను ప్రఖ్యాత ఆర్టు మెటీ రియల్సు తయారుచేసే M/s క్యామ్లిన్ పె లిమిటెడ్ బొంబాయి కంపెనీవారు సేకరించారు. ఈమె ఇంతవరకు మూడు వందలకి పైన వర్ణచిత్రాలను వేశారు 1996లో విశిష్ట బాల చిత్రకారిణిగా లిమ్కా బుక్ ఆఫ్ రికార్డ్సులో కూడా చేర్చుకొన్నారు

Address :
Nikita Dharwal,
C/o Shri Anand Daharwal.
2F / 52/8, Bhilai, 490 006,
M.P Phones 788-32 62 93.

CHILDART. PIECE

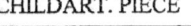

Harvest,
by mas C A Sanjeev (13 years).
Kozi khode, Silver medal in AICAE · 1989, NCN Vellatur

Child Artist : Kumari Manasi Saritha was born on 23rd September 1984 at Bhuba-neshwar Her father Dr Katra gadda Sarveswara Rao is a scincist in R R Labs, Bhuba-neswar He encouraged Manasi in painting and Dance also She likes Odissi dance and under gone training at her guru Sri Durgacharan Jee from the last 8 years and she got a I st class Diploma from Akhila Bhara-teeya, Gandharva Maha Vidyalaya Mandal, Bombay She had given so many public performances and got several Rewards and Awards also simultaneously Chy Saritha practices the art of Drawing and Painting from her early life She learnt art under the guidence of her guru Shripriya Ballaram Sahe, from the last 8 years She is also passed Chitra Kala Bhushan part I Exams From Pracheen Kala Kendra - Chandhigarh in Sept 94, Ever since she got 35 prizes in paintings from Orissa, Andhra Pradesh, and Maharastra also She won Japan and Poland Awards, We are proud to know that Saritha being a Telugu girl Her is address Ku K Manasi Saritha, D/o Dr K Sarveswara Rao, No 9, Sciencicst's Appartments, RRL Camps, Bhubaneswar. 751013 (Orissa) Ph. No. (0674) 481890,

ప్రవాసాంధ్ర బాల చిత్రకారిణి
చి॥ మానసి సరిత భువనేశ్వర్, ఒరిస్సా

కుమారి మానసి సరిత భువనేశ్వర్‌లో ది 23-9-1984లో జన్మించినది ఈమె తండ్రి డా॥ కాట్రగడ్డ సర్వేశ్వరరావుగారు అక్కడ వున్న ఆర్ ఆర్ లేబరెటరీస్‌లో వీరు సైంటిస్టుగా పనిచేస్తున్నారు వారు ఈ బాలికకు చిత్రలేఖనం, ఒడెస్సీ ఎడ్వాన్సుడు కోర్సులలోకూడా ఉత్తమశిక్షణ ఇప్పించుచున్నారు ఈమె ప్రస్తుతం భువనేశ్వర్‌లోని సెంట్‌జోసెప్ హైస్కూలులో VIII తరగతి చదువు తున్నది ఈమె అక్కడే వున్న సంగీత కేంద్రంలో శ్రీ దుర్గాచరణ్ రణబీర్ మరియు శ్రీ సురేష్ గార్ల వద్ద గత 8సం॥ నుండి అభ్యసి స్తున్నది ఈమె నాట్యంలో "ప్రారంబిక" లో Ist year పరీక్ష ప్రథమ శ్రేణిలో ఉత్తీర్ణత పొంది అనేక చక్కని నృత్య ప్రదర్శనలు యిచ్చి అనేక బహుమతు లను, మహా కళాకారుల ప్రశంశలను, దీవెనలు, ఆశీస్సులను పొందినది

చి॥ మానసి సరిత చిత్ర లేఖనంలో కూడా గత 8సం॥ నుండి భువనేశ్వర్‌లోని ఆర్ ఆర్ లేబొరేటరీ కాంపస్ లోని సంగీత కళాకేంద్రంలోని వారు శ్రీ ప్రి- ఆర్టిస్టు భలారామ్ సాహు వ. శిక్షణ పొందుచున్నది ఈమె వే చిత్రాలు, ఒరిస్సా ఆంధ్రప్రదే మహారాష్ట్రలలో జరిగిన వివి బాల చిత్రకళ పోటీలకి పం అనేక ఉత్తమ, ప్రథమ స్వర్ణ, రజిత పతకములు చిత్రకళలో (35వరకు పొందినారు ఈమె తెలుగు బాలి అయినందు లకు మనం అంద గర్వించ వలసి యున్నది ఈ కళని, నాట్యాన్ని గురించి మ తెలుగు పత్రికలు 'ఈనాడు' అన్ని ప్రాంతాల ఎడిషన్సు లోనూ ఆంధ్రజ్యోతి, వార్త, ఆంధ్రభూమి దినపత్రికలలోనూ, బాలచిత్ర కళాకారిణిగా ఈమె పరిచయా- ఫుటోలతో సహా ప్రచురించారు రేడియో లోనూ టీవీలలో కూడా అమెను పరిచయం చేశారు. అనే ఒరియా పత్రికలు, ఆంగ్లపత్రికల కూడా ఆమె కళా ప్రతిభను వేనోళ్ల కొనియాడినవి చి॥ మానసి సరిత పెద్ద అయ్యాక ఏ'కళ'లో స్థిరపడు తుందో వేచిచూడాలి! ఆమెకి మంచి భవిష్యత్ ప్రసాదించాలని కళామ తల్లిని కోరుకొందాము

Huts,
by Kur K. Manosi saritha, Bhubaneswar.

Smt. Geetha Bharat Mathuria born at Bhavnagar (Gujarat state) on 19th January 1961, Wife of Shri Bharat Ramniklal Mathuria. She learnt under the Guidence of Shri H Jani and passed Govt Drawing Examinations and She is a B.A degree holder Now, She is engaging private Art tutions to children in Andheri, Bombay and interested in sending the children's Arts to painting contests

గుజరాతీ చిత్రకారణి
శ్రీమతి గీతా బి. మాధురియా, ముంబాయి.

శ్రీమతి గీతాభరత్ మాధురియా గారు భావనగర్ (గుజరాత్) లో 1961 జనవరి 19వ తేదీన జన్మించారు అక్కడే బి.ఏ. వరకు సాధారణ విద్యనభ్యసిం చారు. తర్వాత శ్రీ హెచ్ జానీ గారివద్ద చిత్రలేఖనంలో శిక్షణ పొందినారు. మహారాష్ట్ర ప్రభుత్వ చిత్రకళ పరిక్షలలో ఉత్తీర్ణులై నారు తర్వాత శ్రీ భరత్ రమణిక్ లాల్‌గారితో వివాహమైనది ఇప్పుడు బొంబాయి లో వుంటున్నారు ఆమెకి చిన్న పిల్లలకి చిత్రలేఖనం నేర్పటం ఒక సరదా! అంధేరి (ఈస్టు)లో పిల్లలకి చిత్రకళలో ట్యూషన్లు చెపుతూ వుంటారు ఈ విధముగా ఆమెకి చిత్రలేఖనంలో ప్రవేశం కలినది వారు బాలల చిత్రములను వివిధ పోటీలకి పంపుతూ వుంటారు చాలా బహుమతులుకూడా గెలుచుకున్నారు

Address -
Smt Geetha, B Mathuria,
1/503 Vishal Appartments,
Sir M V Roud, Andheri (East)
Bombay - 400 069

Smt K. Padmaja

Smt K Padmaja a self taught Artist born on 19th Nov 1957 She possesed M.Sc (Bio Science) and Diploma in Fine Arts, (Drawing) Now she is a house wife Her Husband is Sri K V Rao, SBI Employee giving her each and every encouragement to develop her Art She is encouraging her daughter also in this Art. She participated in some of our All India youth and senior Art Exhibitions and got some prizes also Her present address is Smt K Padmaja, W/o, Sri K Venkateswara Rao, SBI. Rajahmundry East Godawari Dt AP

చిత్రకారిణి
శ్రీమతి కాళ్లకూరి పద్మజ, రాజమండ్రి

శ్రీమతి కే పద్మజగారు 19-11-57 వ జన్మించారు ఆమె ఎమ్ యస్సీ బయోలాజికల్ సైన్సుల లో ఉత్తీర్ణులు అయినారు డ్రాయింగ్ లో కూడా డిప్లమో చేశారు ప్రస్తుతం వీరు గృహిణిగా తన విధులను నెరవేరుస్తూ భర్త శ్రీ వెంకటేశ్వరరావు (స్టేట్ బ్యాంక్ ఆఫ్ ఇండియా.) ఉద్యోగిగారి ప్రోత్సాహం తో తీరిక సమయంలో కొన్ని ఊహా చిత్రాలను నీటిరంగులలోనే గాక తైలవర్ణ చిత్రాలు కూడా వేసి మన పోటీలకి 1990 నుండి పంపు చున్నారు ఇతర రాష్ట్రస్థాయి పోటీలకి కూడా ప్రయత్నిస్తున్నారు వీరి పాపకి కూడా చిత్రలేఖనం నేర్పి ఆమె చిత్రాలను పోటీలకి పంపుతూ వుంటారు. స్వయంకృషితో వీరు వేస్తున్న చిత్రాలు అందంగా, సహజం

గాను వుంటాయి ముందు ముందు ఇంకా చక్కని చిత్రాలు వేసి ఎగ్జిబిషనేలకి పంపితే తప్పక రాణించుతారు

అడ్రసు
శ్రీమతి K. పద్మజ,
W/o Sri కె.వి రావు, S B I
D No 59-5-12/1,
Old Post Office Road,
విద్యానగర్, రాజమండ్రి
తూర్పుగోదావరి జిల్లా

"Farewell" by Smt K. Padmaja Rajahmundry

Shri Ramesh Rana born in Bulandshahar (U P) on 22nd Febrevary 1962 Shri G S Singh is his father He learnt Art under the guidence of Mr A Ramachandran and Mr Jatin Das and passed B F.A (painting) Degree and Diploma in Commercial Art also He participated in several Art Exhibitions held in New Delhi, 1985

AWARDS Sahitya Kala Parishad (Yuva Mahostav-1) 1986, Silver Medal from the same Asson Handicaped Welfare Federation Exhibition 1988, All India Fine Arts and Craft society, 1988, 89 and got scholrship for one year Bharateeya Kala Sangam Trust Jabalpur 1990 and Navarang Chitrakala Niketan, Vellatur Awards from 1992-93 to 95 at Guntur AP He had done one man show in Triveni Art gallery, New Delhi in 1990-91

He worked as Art Teacher in Blue Bells Model School, Gurgaon, Haryana state for 4 years At present he is working as Art Teacher in Girls High School, Delhi-53 He is also Elected as president of Kshitiz Art society, New Delhi

Present address

Sri Ramesh Rana,
Art Teacher
Govt Girls Senior Secondary School
C - Block, Yamuna Vihar
New Delhi.- 110 053

ఉత్తరప్రదేశ్ చిత్రకారుడు
శ్రీ రమేష్ రాణా, న్యూ ఢిల్లి.

[illegible] రమేష్‌రాణా ది 22-02-[illegible] న ఉత్తర్‌ప్రదేశ్‌లోని "బులంద్‌షహర్" లో జన్మించారు వీరి తండ్రి శ్రీ జియస్ సింగ్ రమేష్‌గారి తొలి గురువులు శ్రీ ఎ రామచంద్రన్, శ్రీజితిన్ దాస్ గార్ల వద్ద శిక్షణ పొంది, తర్వాత పెయింటింగ్‌లో బి ఎఫ్ ఎ డిగ్రీ పట్టా తీశారు తర్వాత కమ్మర్షియల్ ఆర్టు లో కూడా డిప్లమో పొందినారు న్యూఢిల్లీలోని నేషనల్ మ్యూజియం వారి ఆర్టు అప్రెసియేషన్ కోర్సు కూడా చేశారు ఇంకను జామియా మిలియా ఇస్లామియా. న్యూఢిల్లి వారివద్ద సిల్కుస్క్రీన్ పెయింటింగ్ లో కూడా సర్టిఫికేట్స్ పొందారు

వీరు అనేక చిత్రకళా ప్రదర్శనలో పాల్గొన్నారు 1985 జామియా మిలియా ఇస్మామియా, న్యూఢిల్లీ ఎగ్జిబిషన్ లో ప్రదర్శించి బహుమతిని, 1986లో డిల్లిలోని సాహిత్య కళా పరిషత్ వారు నిర్వహించిన కళా ప్రదర్శనలో రజిత పతకమును బహుమతిగా పొందారు 1990లో ఆల్ ఇండియా ఫైన్ ఆర్ట్సు మరియు క్రాఫ్ట్సు సొసైటీ, న్యూఢిల్లి వారి నుండి చిత్రకళలో సాంప్రదాయ రీతిలో స్కాలర్ షిప్‌ను పొందారు తర్వాత సెంట్రల్ బోర్డు ఆఫ్ సెకండరీ ఎడ్యుకేషన్, న్యూఢిల్లీ వారి ఓపెన్ స్కూలు ట్రైనింగ్ క్లాసులకి, అసిస్టెంట్‌గా పనిచేశారు లక్నోలో "ఇనిచ్ కన్సర్వేషన్ సెంటర్" కాన్సర్వేషన్ అసిస్టెంటుగా పనిచేశారు 4, 5 సం॥లు హర్యానాలోని 'గుర్‌గామ్' లోని బ్లూబెల్సు మోడలు స్కూలులో ఆర్టు టీచరుగా పనిచేశారు ఆసమయం లోనే NCN అఖిల భారత బాలల చిత్రకళ పోటీలకి వారి విద్యార్థుల చిత్రాలతోబాటుగా తన చిత్రాలను కూడా మన రీజనల్ సీనియర్ చిత్రకళ పోటీలకి పంపి 1991 నుండి బహుమతులు పొందారు 1991లో అయ్య. న్యూఢిల్లిలో త్రివేణి ఆర్టు గ్యాలరీలో స్వీయ చిత్రాల క. ప్రదర్శన ఏర్పాటు చేశారు

వీరు ప్రస్తుతం ఢిల్లిలో బాలికల పాఠశాలలో ఆర్టు టీచర్ పనిచేస్తున్నారు న్యూఢిల్లి లో "క్షితిజ్ ఆర్టిస్టుల గ్రూప్ సొసైటీ"కి అధ్యక్షులుగా ఎన్నికైనారు. "క్షితిజ్" గత 2 సం॥ ల నుండి అఖిల బారతస్థాయి బాలల చిత్రకళ పోటీలు నిర్వహిస్తున్నారు

THE NATURE
by Ramesh Rana, New Delhi

USHASWINI by Late
Velury Radha Krishna Bhopal

Shri Narendra Mehta born on 29th September 1965, Qualifications B FA from the Govt College in Fine Art, Chandigarh in 1985-90

He participated in many Art Exhibitions and awarded from All India Exhibition of Art The Creations, Ambala city 1987, Cash Award, Govt College of Arts' Annual Exhibition, Chandigarh 1988 Merit certi-ficate, Best Award 1989, Art India, 1989 at Ludhiana Exhibition cash Award, Govt Museum and Art Gallary Chandigarh Memento, "Spring Fest" Rangoli Art contest by HUDA Ist prize 1995, UNI, 50 years Celebrations India by Nehru Bal Samithi, New Delhi Gold Medal 1996, and Honourable Award by Awantika New Delhi 1996

Shri Narendra Mehta was invited by the Museums of Punjab University Chandigarh to demonstrate the oil paintings in 1994; Nehru Yuva Kendra invited for demonstration of silk screen printing, and other are also took his Art Demon-strations. He had arranged his one man show in 1991 with his drawings and paintings in the Punjab University, Chandigar in the same year He participated in several group shows also in Patiala, Gurgaon, and New Delhi

హర్యానా చిత్రకారుడు
శ్రీ నరేంద్ర మెహతా, గురుగామ్

Sri Mehta took part In the Artists working camps held at Guregaon, 1992, Attended In the International Roerich Memorial Trust, Nagar Kullu (HP), in 1994, Gurgaon 1994, Nehru Bala Samithi New Delhi 1995, Kurukshetra Artist camp in 1996 His paintings were collected by several Govt Museums and Art Galleries in Chandigarh Patiala, Kullu (HP) New Delhi, and Kurukshetra (Haryana) He is the founder and secretary of "Kshitiz" a group of Artisits in Gurgoan and con-ducting All India child Art Exhibitions, Address : Sri Narendra Mehta Artist, H.NO 642, Sector - 4, Urban Estate, Gurgaon 122001, (Haryana)

శ్రీనరేంద్ర మెహతా హర్యానా లోని 'గుర్‌గామ్' నగరంలో 1965 సెప్టెంబరు 29వ జన్మించారు. ఆయన చండీఘర్‌లోని ప్రభుత్వ లలిత కళాశాల నుండి బి ఎఫ్ ఎ డిగ్రి పొందినారు (1985-90) ఆయన విద్యార్థి దశలోనే తన చిత్రాలకి అనేక బహుమతులు పొందినారు 1987లో అంబాలలో క్రియేటివ్ ఆర్ట్సు 'ఎగ్జిబిషన్' లో నగదు పురస్కారాన్ని చండీఘర్ ఫైన్‌ఆర్ట్సు కళాశాల వార్షిక చిత్రకళా ప్రదర్శనలో 1988 ఒక ప్రసంశా పత్రాన్ని పొందారు. అదే కళాశాలలో 1989లో 1990లో చండీఘర్ మ్యూజియంలో జరిపిన చిత్రకళ పోటీలో ఒక మెమెంటోను అందు కొన్నారు

ఆ తర్వాత కూడా వాళ్ళ 1995లో జరిపిన 'రంగోలి వసంత వేడుకల్లో' ప్రథమ బహుమతిని అందు కొన్నారు 1996లో నవరంగ్ రజితోత్సవ చిత్రకళపోటీలో కూడా ఒక అవార్డును అందు కొన్నారు 1996లో ఢిల్లీలో నెహ్రూబాల సమితివారు జరిపిన 50 సం॥ల స్వతంత్ర్య పోటీల్లో స్వర్ణ పతకాన్ని అందుకొన్నారు

శ్రీ నరేంద్ర 1991లో చండీఘర్ లోని పంజాబ్ యూనివర్సిటీలో తన డ్రాయింగ్సు మరియు ప్రింట్సును ప్రత్యేకంగా ప్రదర్శించారు ఇంకా 1989 నుండి ఇప్పటి వరకు పాటియాలలోను, గురుగామ్‌లోనూ, న్యూఢిల్లీలోనూ జరిగిన గ్రూప్ ప్రదర్శనలోనూ పాల్గొన్నారు ఇంకను అనేక ఆర్టిస్టుల వర్కింగ్ క్యాంపులలో కూడా పాల్గొని తన కళకి మెరుగులు దిద్దుకొన్నారు 1992, 1994లో గురుగామ్ లోనూ, 1994లో కులువ్యాలి'లో జరిగిన శ్రీ నికలస్‌రోరిక్ అంతర్జాతీయ చిత్రకళా శిబిరంలో పాల్గొన్నారు 1996లో కురుక్షేత్ర యూనివర్సిటీ ఆర్టిస్టు క్యాంపు లోను పాల్గొన్నారు

ఇతని చిత్రాలు చండీఘర్, మ్యూజియంలోనూ, రాజభవన్‌లోనూ పాటియాలా కల్చరల్ జోను లోనూ, న్యూఢిల్లీలోని ఆనంద వెల్‌ఫేర్ సెంటర్ లోనూ, కురుక్షేత్ర యూనివర్సిటీలోనూ తదితర సంస్థలో లైఫ్ మెంబర్ అయినాక గురుగామ్‌లో "క్షితిజ్" ఆర్టిస్టుల గ్రూపును నెలకొల్పి ఏటా చిత్రకళా పోటీలు నిర్వహిస్తున్నారు

అడ్రసు
శ్రీనరేంద్ర మెహతా
ఆర్టిస్టు డొ నెం 642
సెక్టార్ 4, అర్బన్ ఎస్టేట్
గుర్‌గామ్ - 122001
హర్యానా

Nature Composition
Sri Narendra Mehta

ప్రవాసాంధ్ర చిత్రకారిణి
శ్రీమతి కె. దుర్గాంబ, మద్రాసు

Smt Krovvidı Durgamba was born in 1936 at West Godavarı Dıstrıct A P She ıs a good self taught & free lance Artıst She has done paıntıngs ın oıl colours as well as water colours. At present she ıs resıdıng ın Madras wıth her husband Srı K V Narasımha Rao garu, who encouraged her Art very well

She partıcıpated wıth her paıntıngs in many Art Exhıbıtıons and won Awards from Andhra Academy of Arts, Vıjayawada (1989) etc, Smt Durgamba partıcıpated ın Rastriya Kala Mela held at New Delhı (1995) and Group Exhıbıtıon at Lalıt Kala Exhıbıtıon, Madras She had arranged her Solo Art Exhıbıtıons ın Madras in 1986, and Chola Art Gallary, Madras (1993) She partıcıpated ın the Artısts Camp ın Rıshıkesh organısed by Andhra Academy of Arts. Vıjayawada

She also took part ın the artısts camp organısed by our Navarang Chıtrakala Nıketan, Guntur ın 1996 at Amaravathı

Collectıons

1 Lalit Kala Academı, New Delhı 2. Andhra Academy of Arts, Vıjayawada. 3 Qualıty Evaluatıon servıces, Vısakhapatnam and some other private organısatıons.

Hon posts held Vıce President, Andhra Academy of Arts, Vıjayawada Her Present Addresses -

Smt K Durgamba,
W/o Srı K V Narasımha Rao,
No 70, Dr Radha Krıshna Nagar, Thıruvothıyur (P.O),
Chennaı - 600 019
Tamıl Nadu

శ్రీమతి కొవ్విడి దుర్గాంబగారు 1936 లో పశ్చిమగోదావరి జిల్లాలో జన్మించారు ఆమె స్వయం కృషితో చిత్రకళలో సాధన చేశారు అనేక నీటిరంగుల చిత్రాలను, తైలవర్ణ చిత్రాలను వేశారు భర్త శ్రీ కె వి నరసింహారావుగారిప్రోత్సాహంతో వీరు అనేక చిత్రకళా ప్రదర్శనలకి తమ పెయింటింగ్సును పంపి, వివిధ బహుమతులను పొందారు ముఖ్యంగా కె సి పి లిమిటెడ్, మద్రాస్‌వారి స్వర్ణోత్సవాలలోను, ఆంధ్ర అకాడమీ ఆఫ్ ఆర్ట్స్, విజయవాడ వారి 1989 వార్షిక చిత్రకళా ప్రదర్శనలోను అవార్డులు అందుకొన్నారు వీరి చిత్రాలు మద్రాస్‌లోని లికోడలియా టెక్నికల్ ఇనిస్టిట్యూషన్స్‌లో ప్రదర్శింపబడినవి వీరు రాష్ట్రీయ కళామేళా న్యూఢిల్లీలో 1993 లోను, బెంగుళూరులో 1995 లోనూ, ఆంధ్ర అకాడమీ విజయవాడ వారిద్వారా త చిత్రాలను ప్రదర్శించారు 19 లో మద్రాసు ప్రాంతీయ లలి కళా ఎకాడమీ రీజినల్ సెంట లోను, 1993 లో చోళా ఆ గ్యాలరీలోను తమ స్వీయ చిత్రకళ ప్రదర్శనలను నిర్వహించా శ్రీమతి దుర్గాంబగారు 1991 (రిషికేష్‌లో జరిగిన ఆంధ్ర ఎకాడ అఫ్ ఆర్ట్స్ వారి ఆర్టి క్యాంపులోనూ, 1996 లో నవరం సంస్థ తరపున అమరావతిలో నిర్వహించిన ఆర్టిస్టుల క్యాంపులో పాల్గొని చక్కని చిత్రాలు వేశారు వారి చిత్రాలను న్యూఢిల్లీలోని కేంద్ర లలిత్ కళా ఎకాడమీ వారు విజయవాడలోని, ది ఆంధ్ర ఆర్ట ఎకాడమీ వారు, విశాఖపట్నంలోని "క్వాలిటీ ఎవాల్యువేషన్" వారు, మరికొన్ని ప్రైవేట్ కలక్షన్సు వారు సేకరించారు వీరి పుత్రిక శ్రీమతి పోలాప్రగడ రాధామూర్తి గారిని కూడా చక్కని చిత్రకారిణిగా తీర్చి దిద్దారు ఆమె ప్రస్తుతం బొం యిలో వుంటూ కూడా హాబీగా చక్కని వర్ణచిత్రాలను వేస్తుంటారు.

శ్రీమతి కె దుర్గాంబగారి చిరునామా
C/o శ్రీ కె వి నరసింహారావుగారు
70 డా రాధాకృష్ణన్ నగర్,
తిరువత్తియూర్, మద్రాసు 600 019

Land Seape,
by Smt K. Durgamba, Madras

Sri B A Bala Kishna was born on 20th July 1967, in "Beilur" Karnataka State His father is Sri Atchu Shetty trained him in the fine arts Sri Bala Krishna passed Govt Diploma in Fine arts and Art Masters course in the state and got I rank He participated in several Art Exhibitions in his native state and also in Andhra Pradesh, Maharashtra, Madhya Pradesh, Haryana and Kerala states

He got awards from the South Central Zone, Nagpur Centre in 1987, Navarang Chitrakala Niketan, Vellatur (Guntur) A P in 1989, 1990, 1992, 1993, 1994and got Best Award (Silver Jublee gold medal) in 1995 From Navarang Art Exhibition at Guntur, A P He also won prizes from the Creators Art Exhibitions in Ambala City (Haryana) in 1988, 1990, and 1991 Lalit Kala Parishad, Visakhapatnam in 1992 Kannada Sahitya Sammelan Art Exhibition, Mysore in 1990 K.C P Amalapuram in 1991, 1992, 1993, 1994 and 1995 Dasara Art Exhibition Mysore in 1992 and 93 etc

His paintings were collected by S C C Zone Nagpur The creators Ambala, Hotel Ashoka, Hassan city Mr. Oliver Artist, U S A , and Mr Christopher England, Mr Chrisotpher Germany, I T C , Bangalore, Duch Palace Cochin, Mahakoshal Kala Parishad, Raypur and some other private firms At present he is working as an Art teacher in Hassan District His present address is

Sri B.A. Bala Krishna,
S/o Atchu Shetty,
Hoyasala Varna Sindhu,
River Street, Belur - 573115
Hassan Dist, Karnataka State

కర్ణాటక యువచిత్రకళారత్నం
శ్రీ బి.ఎ. బాలకృష్ణ

కర్ణాటకకు చెందిన యువ చిత్రకారుడు శ్రీ బి ఎ.బాలకృష్ణతో మనసంస్థకి గత 10 సం ల నుండి పరిచయం ఏర్పడినది ఇతడు కర్ణాటకలోని ప్రసిధ శిల్పకళా క్షేత్రం బేలూరులో 20-7-1967 లో జన్మించారు వీరి తండ్రి శ్రీ అచ్చుశెట్టి, ఇతనికి చిత్రకళపైన . గల మక్కువను గుర్తించి సెకండరీ విద్య పూర్తికాగానే చిత్రకళ డిప్లొమోకోర్సుకి పంపారు అదే సమయంలో అతను స్టేట్ ఆర్టు టీచర్సు కోర్సు పూర్తి చేసుకొని రాష్టం మొదటి ర్యాంకును సాధించారు శ్రీ బాలకృష్ణ చిత్రకళలో వివిద ప్రయోగాలు చేశారు నీటిరంగుల చిత్రాలను, తైలవర్ణ చిత్రాలనే గాక రంగుకాగితములను కత్తిరించి చక్కని "కొలేజి" చిత్రాలను కూడా చేసారు ఇతని చిత్రాలు 1986 సంవత్సరమునుండి కర్ణాటకలోనే గాక , కేరళా, మహారాష్ట్ర, ఒరిస్సా, ఆంధ్రప్రదేశ్, హర్యానా, మధ్యప్రదేశ్ లోని అనేక చిత్రకళా ప్రదర్శనలో పాల్గొని ఉత్తమ గణనీయమైన బహుమతులు పొందినారు ఇతని చిత్రాలను నాగపూరు లోని దక్షిణ మధ్య సాంస్కృతిక కళా కేంద్రం లో (నాగపూరు) 1987 లోను, మన నవరంగ్ చిత్రకళా నికేతన్, వెల్లటూరు, గుంటూరు చిత్రకళా పోటీలలో 1989 నుండి క్రమంగా 1995 వరకు బాహాష్టు ప్రతిష్టా అనేక బహుమతులను పొందారు మన సంస్థలో లైఫ్‌మెంబరుగా కూడా చేరినారు ఇంకా అంబాలా సిటీ (హర్యానా) లో క్రియేటర్సు ఆర్టు ఎగ్జిబిషన్‌లో 1988, 90 91, లోను విశాఖపట్నం లలిత కళా పరిషత్ పోటిలో 1992 లోను, కన్నడ సాహిత్యసమారోహణ వారి చిత్ర కళా ప్రదర్శనలో 1990 లోను మైసూరు దసరా చిత్రకళా ప్రదర్శనలో 1992, 93 లోను, కోనసీమ చిత్రకళా పరిషత్ అమలాపురంలో కూడా 1991 నుండి వరుసగా 1995 వరకు బహుమతులు పొందినారు

వీరి చిత్రాలను నాగపూరు లోని దక్షిణమధ్య సాంస్కృతిక కేంద్రం వారు, అంబాలలోని "క్రియేటర్సు ఆర్ట్స్" సంస్థవారు, అశోకా-హోయిసల హోటలు, హసన్ వారు USA లోని ఆర్టిస్టు మిస్టర్ ఆలివర్ ఇంగ్లాండులోని క్రిష్టొపర్ బెర్నెట్,జర్మనీలోని కళాభిమానులు, కొచ్చిన్‌లోని డచ్చిప్యాలెస్ వారు రాయపూర్ లోని మహాకోశల్ వారు బెంగుళూరులోని కౌషిక్ ముఖర్జీగారు మొదలైన అనేక పబ్లిక్ మరియు ప్రైవేటు సంస్థలు సేకరించినాయి అతిచిన్న వయసులోనే మంచి కీర్తిని, ధనాన్ని కూడా శ్రీ బాలకృష్ణ సంపాదించారు

అడ్రసు
శ్రీ బి.ఎ బాలకృష్ణ,
S/o. అచ్చు శెట్టి,
హోయిసల వర్ణసింధూ,రివర్ స్ట్రీట్,
బేలూరు- 573 113 కర్ణాటక స్టేట్

చిత్రకళా విశ్వజ్ఞులు
శ్రీ పి. యస్. ఆచారి, రాజమండ్రి

Sri P S. Achary was born on 17th June 1947 in Rajahmundry He passed S S L C in March 1964 He passed Drawing Examinations in 1964 - 65 and T T C also He was trained under tne guidence of Acharya Varada Venkata Ratnam ana Sri M Rajaji and got Diploma in painting from Rama Rao Art School in 1967 Sri Achary is a good artist, who had done good number of paintings in oils and water colours in our traditional style He is a good creative painter

He participated in various Art Exhibitions and secured several awards and cash prizes also He got Ist prize from Kakinada Art Society in 1963. He got Ist prizes from D R M Art School and Gallery, Rajahmundry, Best award from Ankala Art Academy in 1969 and Ist prizes from them in 1970, 1971, Best Award from All India Art Exhibition 1971 in Rajahmundry for his painting " Marriage of Shiva " and Best study Award for his painting "Jangari Devera" in 1974 He got Ist prize from Seetharama Charya's Kala Nilayam, Rajahmundry in 1978 Sri P S Achary got 2nd prize from Ankala Art Academy, Bhimavaram in 1989 for his Art "Landscape" painting and II prize of Rs 500/- from Anakapalle Art Society 1982, for the "Brundavanam"."He got III prize for his painting "Parvathi Kalyanam" and Ist prize (Rs 1000/-) for his painting "Sakunthala" in 1993 and 2nd prize for his painting "Sagara Garva Bhangum" in 1994 from Konaseema Chitrakala Parishad, Amala - puram, East Godavari Dt Best award of Rs 1000/- from Ankala Art Academy, Bhimavaram in 1995 for "Sakunthala Viraham" and Gold Medal from Silver Jubilee Art Exhibition in 1995 at Guntur He got District level Best Teacher Award in 1993 from the DEO His present Address - Sri P S Achary, Artist, D No 20-20-69, Sambasiva Rao Peta, 4th Cross Road, Thummalava, Rajahmundry, A P

శ్రీ పియస్ ఆచారిగారు 1947 లో రాజమండ్రిలో జన్మించిన మరో చిత్రకళారత్నం! 1964 లో ఎస్ ఎస్ ఎల్ సి ఉత్తీర్ణులైనారు వీరు కీ శే అచార్యశ్రీవరదా వెంకటరత్నం గారి వద్దను. శ్రీ యం రాజాజీగారి వద్దనూ చిత్రకళలో శిక్షణ పొందినారు 1994- 1995 సం లలో డ్రాయింగు లోయరు, హైయ్యరు, టిటిసి కూడా ఉత్తీర్ణులు అయినారు రామారావు అర్టుస్కూలులో 4 సం లు ఆర్టు డిప్లమో చేశారు అనంతరం ఆర్టు టీచెరుగా ఉద్యోగం సంపాదించారు బాల్యంలో నుండి వీరు 1963 లో కాకినాడలో జరిగిన బాలల చిత్రకళ పోటిలోనే మొదటి బహుమతి పొందినారు ఆచారిగారు లలితకళాసమితి. సిద్ధిపేట రాజమండ్రి లో "గాసిప్" అనే చిత్రానికి మెరిట్ అవార్డును. రాజమండ్రిలో అఖిల భారత చిత్రకళా ప్రదర్శనలో వీరి వర్ణ చిత్రము "టాయిలెట్"కి ఫస్టుప్రైజు, లభించగా తరువాత అక్కడే "లాండ్స్కేప్" చిత్రానికి ప్రథమ బహుమతి వచ్చింది రాజమండ్రి లోనే 1969 నుండి 1974వరకు వీరిచిత్రాలకి ప్రథమ బహుమతులు లబించినవి కేవలం రాజమండ్రి లోనే గాక వీరి చిత్రాలకి లలితకళా కెంద్రం. బాపట్ల వారి నుండి అంకాల అర్టు ఎకాడమీ, భీమవరం నుండి 1977 నుండి 1995 వరకు హైలీకమెండెడ్ సర్టిఫికెట్ నుండి బెస్ట్ అవార్డు వరకు వివిద స్థాయిలలో బహుమతులు పొందిరి అకాలాఅర్టు బీమవరంలో 1995లో "శకుంతలావిరహం" చిత్రానికి బెస్టు అవార్డు రు 1000/-లు పొందారు ఇంకను అమలాపురం లోని కోనసీమ చిత్రకళా పరిషత్ నుండి1991లో "పార్వతీకళ్యాణం" చిత్రానికి III ప్రైజు రు 1000/- లు 1993 లో "శకుంతల విరహంకి" ప్రదమ బహుమతి రు 1000/- లు 1994లో "సాగర గర్వబంగం" ద్వితీయ బహుమతిగా రు 500/-బహుమతులు పొందినారు శ్రీ పి యస్ ఆచారి గారు నేటి చిత్రకారులలో చేయి తిరిగిన కళాకారుడు వీరికి పోటోగ్రఫిలోనూ ప్రవేశం కలదు నఖచిత్రరచనలో కూడా వీరికి ప్రవేశము గలదు 1977 లో రాష్ట్ర అవతరణ దినోత్సవము నాడు స్థానిక మున్సిపల్ కౌన్సిల్వారు రాజమండ్రి లో సన్మానించారు రాజమండ్రిలోని శ్రీవిరాట్ విశ్వబ్రాహ్మణ కళాపీఠం వారు వీరికి "చిత్రకళా విశ్వజ్ఞ" బిరుదును ప్రదానం చేసినారు 1998 లో A.P.T F వారు సత్కరించారు 1992లో జిల్లా విద్యావైజ్ఞానిక లలిత కళాప్రదర్శనంలో డి యి ఒ గారు వీరిని సత్కరించారు 1993 లో జిల్లాస్థాయి ఉత్తమ ఉపాధ్యాయులు అవార్డు పొందారు వీరు యిప్పుడు ఆధునిక శైలిలో కూడా చక్కని చిత్రాలు వేస్తున్నారు శ్రీ పి యస్ ఆచారిగార్కి చిత్రకళలో మంచి భవిష్యత్ ఉండగలదని ఆశించుచున్నాము

ప్రముఖ చిత్రకారుడు, కళావిమర్శకుడు శ్రీ కొండిపర్తి శేషగిరిరావు, నాగార్జునసాగర్

Sri Kondiparthi Seshagiri Rao was born on 22-6-1936 in Krishna Dist He passed S S L C. in 1954 and Govt Technical Exams in Drawing and Painting Sri Rao undergone training from Sri M Seshagiri Rao, Drawing Master, Machili-patnam He has done most of his paintings in water colours in traditional style

He worked some realistic paintings with self study from models He has done some land scape paintings from nature study, still life, nude study, and head study. He adopted several techniques and styles in paintings. But his favourite style is Oriental Art.

Sri Seshagiri Rao worked as Civil Draftsman in the Irrigation Department at Nagarjuna Sagar Project He got a good company of Art lovers, writers and other Artists there Thus he developed his easthetic taste also He wrote so many articles on the fine arts which were published in Bharathi, Krishna Patrika and Sravanthi etc. He gave some Radio talks on this Art and published two Telugu Books namely "Kanthi and Shanthi" and 'Samanvaya Swaralu" on fine arts

He is also worked as honourary art teacher in local Bal Kendra at Nagarjuna Sagar Hill Colony and development the child Art also He got good relationship with several artists of Andhra Pradesh He participated in the groups shows at Nalgonda and Hyderabad etc He had also done some solo art shows. Present Address Sri Kondiparthi Seshagiri Rao, Retd D.M, B-2093, Canals Campus, Hill Colony - 508 202 Nalgonda Dt

శ్రీ కొండిపర్తి శేషగిరారావుగారు ది 22-6-1936న కృష్ణ జిల్లాలో జన్మిం చారు వీరు 1954లో S S L C ప్యాసైన తర్వాత బందరులో శ్రీ యం వి శేషగిరిరావు, డ్రాయింగు టీచరు గారి వద్ద కొన్నాళ్ళు చిత్రలేఖనంఅభ్యసించారు ప్రభుత్వ సాంకేతిక పరీక్షలలో డ్రాయింగ్, పెయింటింగ్ డిప్లమో సాధించారు

అనంతరం వీరు నాగార్జున సాగర్‌లోని (హిల్‌కాలని) ఇరిగేషన్ డిపార్టుమెంటు లో డ్రాఫ్ట్సమెన్‌గా చేరినారు ఆయన తీరిక సమయంలో స్వయంకృషి ద్వారా చిత్రకళ లోని వివిధ ప్రక్రియలను సాధన చేశారు ముఖ్యంగా న్యూడ్, హెడ్‌స్టడీ, లాండ్‌స్కేప్ స్టడీ, స్టిల్‌లైఫ్, లైఫ్‌స్టడీ కాంపోజిషన్‌ల లోనూ, మోడల్సు పెట్టుకొని మరీ వర్కు చేశారు వీరికి "ఓరియంటల్ స్టైలు" అన్న చాలా అబిమానం వీరు అనేక ఊహాచిత్రాలను వేసి వివిధ దర్శన లకు పంపారు. అంతేగాక మిత్రులతో కలిసి కొన్ని గ్రూప్‌షోల లోను పాల్గొన్నారు. తన వర్ణచిత్రాలను కొన్నిచోట్ల వ్యక్తిగత చిత్రకళా ప్రదర్శనలను కూడా నిర్వహించారు

నాగార్జునసాగర్‌లోని బాల కేంద్రం లో శ్రీ రావుగారు గౌరవచిత్రకళోపాధ్యాయులుగా కొన్నాళ్ళు పనిచేసారు వీరు బాలల లోని సృజనాత్మక శక్తిని, కళాసక్తిని పెంపొందించుటకు కృషి చేసారు. వీరు అక్కడ కవి, పండితుల, నృత్య సంగీత సాహిత్యకారులలో మంచి పరిచయాలుఏర్పరుచుకొన్నారు

శ్రీ కే శేషగిరిరావు గారు కేవలం బొమ్మలు వేయటమేగాక లలిత కళలను గురించి వ్యాసాలు కూడా వ్రాశారు అవి బారతి స్రవంతి, కృష్ణాపత్రిక మొదలైన తెలుగు పత్రికలలో వేశారు వీరు లలితకళలను గురించి రేడియో ప్రసంగాలు కూడా చేశారు వీరు "కాంతి - శాంతి" అనే గ్రంధాన్ని, "సమన్వయ స్వరాలు" అనే గ్రంథాన్ని ప్రచురించినారు. వీటిలో లలితకళలసారూప్యాన్ని సవిమర్శగా వర్ణించి, పండితుల ప్రసంశలనుసైతం అందుకొన్నారు

ఉద్యోగ విరమణ చేసిన శ్రీ కొండిపర్తి వారు ప్రశాంతమైన నాగర్జునసాగర్ లో నిరాడంబరంగా వుంటూ తన ఆత్మతృప్తికి ఈ నాటికి పెయింటింగ్ చేస్తుంటారు వీరి శిష్యులు శ్రీ ఎన్ సత్యనారాయణ మొదలైన వారు డ్రాయింగు టీచర్సుగా పనిచేస్తున్నారు. వీరి పుస్తకాలు కళాకారులు తప్పక చదవవలసి యున్నది.

వీరి చిరునామా -
శ్రీ కొండిపర్తి శేషగిరిరావు,
రిటైర్డు డ్రాఫ్టుమాన్,
బి 2093, కెనాల్స్ కాంపస్
హిల్‌కాలనీ - 508 202,
నల్గొండ జిల్లా

[illegible]ళలో సిద్ధహస్తుడు: మార్దంగ కళలో మాంత్రికుడు
శ్రీ ఐ.జే. సన్యాసిరావు. అరసవిల్లి

Sri I J. Sanyasi Rao was born in Feb, 1945 in Arasavilli a famous Surya Temple Kshetram in Srikakulam District His parents are Smt Ippili Mahalakshmi and Simhachalam He got interest on the Art of drawing and painting from his childhood and his father took him to a great Artist Sri Kurmapu Narasimham and admitted him as his desciple Then he had gone to Vizianagaram and studied art at the famous Artist Sri A Paidi Raju, He learnt Oriental styles from Sri Raju After some time Mr. Rao had gone to late Sri Vaddadi Papayya and learnt more techniques in the Art He had done many paintings and sent them to several Art Exhibitions He got good name and fame by earning Awards and cash prizes from NCN- Vellatur,CKP, Vizag, Vijayawada, Machilipatnam, Siddipeta, Hyderabad etc He got prizes from other states also from Berahumpur, Raipur, Bhubaneswar also

He got a job as Drawing Master in Z P, Srikakulam Dt. Amudalavalasa, near to his native place, Sri Rao's hobby is playing Mrudangam He gave performance to great Harikathas and dramas also Some of his paintings were sold at very high cost to some private Art collections in India and abroad also His present address is
Sri I J Sanyasi Rao, Artist,
Arasavalli (PO)- 532 401
Srikakulam Dt . A P

శ్రీ ఇప్పిలి జోగి సన్యాసిరావు గారు 1945 ఫిబ్రవరిలో శ్రీకాకుళం జిల్లాలోని సుప్రసిద్ధ సూర్యదేవాలయం గల పుణ్యక్షేత్రం అరసవిల్లిలో జన్మించారు గౌ॥ పుణ్యదంపతులు శ్రీమతి మహాలక్ష్మి, సింహాచలం గార్లు వీరి జననీ జనకులు శ్రీ రావుకు బాల్యం నుండే చిత్రకళపైన మోజు కలదు ఇతని 10వ ఏటనే తండ్రి గారు దాన్ని గుర్తించి శ్రీకాకుళంలోని ప్రముఖ చిత్రకారులు శ్రీ కూర్మపు నరసింహంగారి వద్ద శిష్యులుగా చేర్పించినారు ఇతను అక్కడ కొంతవరకు నేర్చుకొని విజయనగరం లోని ప్రముఖ చిత్రకారుడు శ్రీ అంట్యాకుల పైడిరాజు గారి వద్ద చేరి ఓరియంటల్ స్టైల్ అభ్యసించారు చిత్ర రచన కొంత కుదిరిన అనంతరం వీరు ప్రముఖ చిత్రకారుడు శ్రీ వడ్డాది పాపయ్యగారి శుశ్రుష చేసి తన చిత్రకళకి వెలుగు నీడలతో కూడిన నూతన టెక్నిక్‌ను సాధించారు ఇక డ్రాయింగ్‌టీచర్‌గా ఆముదాల వలసలో జడ్ పి ఉన్నత పాఠశాలలో ఉద్యోగం సంపాదించి, నిరంతరం వర్ణచిత్రాలను వేసి వివిధ పోటీలకి ప్రదర్శనశాలలకి పంపి అనేక అవార్డులను, నగదు బహుమతులను పొందినారు తొలుత ఆయన నవరంగ్ చిత్రకళా పోటీలలో బహుమతి 1975 లోనే సంపాదించి నారు అక్కడనుండి బందరులోను, విశాఖపట్నంలోను, భీమవరంలోను, సిద్ధిపేటలోను, విజయవాడలోను, హైదరాబాదులోను ఏటా బహుమతులు సంపాదించేవారు శ్రీ రావు మన రాష్ట్రంలోనే కాక ఇతర రాష్ట్రాలైన ఒరిస్సాలోను, రాయ్‌పూర్ నుండి, భువనేశ్వరంనుండి బరంపురం నుండి కూడా బహుమతులు సాధించారు

వీరికి సంగీతం, మృదంగం వాయించటం హాబీ అందులో కూడా విశేషమైన ప్రజ్ఞ సాధించి గొప్ప గొప్ప హరికథలకు వాయించి మార్దింగుకుడుగా పేరు తెచ్చుకొన్నారు వీరి చిత్రాలు అనేకం మనదేశంలోనే కాక అమెరికా వంటి ధనవంతమైన దేశాలలో కూడా అమ్ముడు పోయినాయి ఇతన్ని గురించి ఆంధ్రప్రదేశ్‌లోని వివిధ పత్రికలు సచిత్రవ్యాసాలు ప్రచురించి మంచి పబ్లిసిటీ ఇచ్చినివి వీరు ఇప్పటికినీ అనేక చిత్రాలు వేస్తూనే ఉంటారు

Mogali Jada Mustabu
Sri J. sanyasi rao,arasavilli

ఔత్సాహిక కళాకారులు
డా॥ అన్నవరపు కోటేశ్వరరావు, గుంటూరు

SriAnnarapu Koteswara Rao S/o Musalaiah was born on 1-7-1940 in Guntur He studied upto P U C and Diploma in Ayurveda, Homeo and Acupanture He learnt Art from Sri T V Sankara Murtny and Sri Bellamkonda Venkateswarlu in Guntur He done good paintings in Wash Technic some of his line drawings were published papulair Telugu magazines

He participated in several Art Exhibitions and got Highly commended certificates from Mysore Dasara Art Exhibition, Kala Mela, New Delhi LIC Fine Art Exhibition, Machilipatnam and II prize from Lalit kala Kendra, Bapatla He has done One Man show with courtesy of Kalapeetham, Guntur He published his Drawings in Chukkani, Krishna Patrika, Prabha, Bhoomi and other weeklies.

His present address is
Sri A Koteswara Rao, Doctor,
D No-8-12-117 7/2
NehruNagar, Guntur - 522001,
AP

ఔత్సాహిక చిత్రకారులు శ్రీ అన్నవరపుకోటేశ్వరరావు గుంటూరులో ది 1-7-1940న జన్మించారు వీరి తండ్రి కీ॥ శే॥ ఎ ముసలయ్య ఈయన P U C ప్యాసైనారు వీరు తొలుతచిత్రలేఖనం శ్రీ టి వి.శంకర మూర్తిగారివద్ద,శ్రీబెల్లంకొండవెంకటే శ్వర్లు గారివద్ద నేర్చుకొన్నారు తర్వాత స్వయంగా అనేక రేఖా చిత్రాలు వర్ణ చిత్రములు వేశారు వీరు వేసిన చిత్రాలు లోగడ చుక్కాని, కృష్ణా పత్రిక, వీక్లీ వారపత్రిక, ఆంధ్రభూమి, ఆంధ్రప్రభ, ఆంధ్రపత్రిక ఆంధ్రజ్యోతి తదితర సచిత్ర వారపత్రికలలో ప్రచురింప బడినవి శ్రీ అన్నవరపు కోటేశ్వ రరావుగారు గవర్నమెంట్ హాస్పిటల్ గుంటూరు మినిస్టీరియల్ సర్వీసులో సూపర్నెంట్ జాబ్ చేస్తున్నారు తన విరామ సమయంలో అనేక వర్ణచిత్రాలు వేసి వివిధ కళా ప్రదర్శనలకి పంపి బహుమతులు కూడా పొందినారు. వీరి చిత్రాలకి మైసూర్ దసరా ఆర్టు ఎగ్జిబిషన్ లోనూ, క్రొత్తఢిల్లీ లోని కళా మేళాలోనూ మచిలీపట్నం ఎల్. ఐ.సి. వారి కళాప్రదర్శనలోనూ, హైలీ కమెండెడ్ సర్టిఫికేట్స్ లభించినవి బాపట్లలో శ్రీ ఉల్లి గారి లలిత కళా ప్రదర్శనలో ప్రకృతి చిత్రానికి ద్వితీయ బహుమతి కూడా లభించినది కూడా పొందినారు ఈయన రేడియో నాటికలలో కూడా అనేకసార్లు పాల్గొన్నారు ఆయు ర్వేదం, హోమియో, ఆక్యుపంచర్ కోర్సులలో డిప్లమో తీసికొన్నారు ప్రస్తుతం వైద్యసేవ చేస్తున్నారు ఉత్తమ కళాభిరుచి గల వ్యక్తి, కళాభిమాని! వీరు ప్రస్తుతం గుంటూరులోనే వుంటున్నారు

Eoco of Buololhisum,
by sri A.Koteswara Rao, Guntur.

Sriyutha Reddiboyana Venkateswarlu was born on 15-6-1929 in "Ulchi" village of Prakasham District, His father is Late Sri Kotaiah His brother is a famous Artist Sri Ulchi of Bapatla Agriculture College Sri V R Reddiboyana passed "Drawing" group Exams in Ist class and passed T T C He worked and retired as Drawing Teacher in Prakasam Zilla Parishad High Schools He Exhibited his paintings show in the A P Cattle Exhibition, Karavadi, (1946) Exhibitions and ongole

District Teachers conference at M P High School In 1955 Ongole, Hindi Premi Mandali 1958, 59 at Ongole and Ammana-brolu High School anniversary in 1963 and Karavadi also.

He participated in the Art Exhibitions held at the Hyderabad World Telugu conference 1975, Lalit Kala kendram, Bapatla - 1976, UTF conference Onglole 1989, Andhra Academy of Arts, Vijayawada 1963 Lalit kala Kendra, Bapatla in 74 and 88, Navarang ChitraKala Niketan, Vellatur in 1976 and got some prizes also. He is much intrested in Telugu Drama field ...d Clasical music also He has ... e some nail Drawing s..etches and plaster of paris ...lptures also.

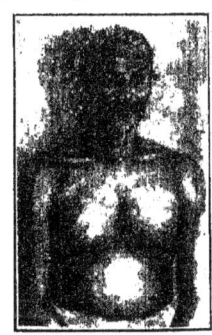

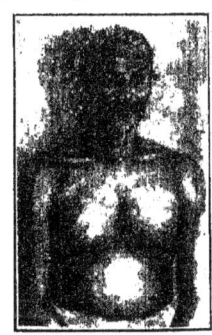

ప్రకాశంజిల్లా చిత్రకారుడు
శ్రీ రెడ్డిబోయిన వెంకటేశ్వర్లు, ఉల్చిగ్రామం

చిత్రకళోపాధ్యాయుడు శ్రీ రెడ్డిబోయిన వెంకటేశ్వర్లు గారు ది 15-6-1929 న ప్రకాశంజిల్లా ఒంగోలు సమీపంలోని ఉల్చి గ్రామంలో జన్మించారు వీరి తండ్రి కోటయ్యగారు శ్రీ వెంకటేశ్వర్లు గారు డ్రాయింగు పెయింటింగ్ పరీక్షలు I-క్లాసులో ఉత్తీర్ణులు అయినారు టి టి సి కూడా ఉత్తీర్ణులు అయినారు తర్వాత ప్రకాశంజిల్లా బోర్డులో డ్రాయింగ్ టీచర్‌గా పని చేశారు ప్రముఖ చిత్రకారుడు "శ్రీ ఉల్చి" (బాపట్ల ప్రభుత్వ వ్యవసాయ కళాశాల ఆర్టిస్టుగా పనిచేస్తున్న శ్రీ ఆర్. కృష్ణమూర్తిగారు) వీరి తమ్ముడు శ్రీ రెడ్డి బోయిన వారు తొలుత ఏలూరులోని చిత్రకారుడు శ్రీ యం సూర్యనారాణగారి ఎద్దనూ బాపట్లలోని శ్రీ వి రామారావుగారి వద్ద చిత్రలేఖనం నేర్చుకొన్నారు శ్రీ వెంకటేశ్వర్లుగారు అనేక పెయింటింగ్సు వేశారు నఖ చిత్రాలు కూడా వేశారు వీరి రేఖాచిత్రాలు దాదాపు 150 వరకు వివిద పత్రికలలోనూ, వీక్లీలలోనూ ప్రచురించబడినవి వీరు మంచి నటులు కూడాను అనేక పౌరాణిక నాటికలు వేశారు "దుర్యోదనుడు" వీరి అభిమాన పాత్ర ప్లాస్టర్ ఆఫ్ ప్యారిస్‌లో శిల్పాలు చేశారు అనేక చోట్ల జరిగిన చిత్రకళా ప్రదర్శనలలో పాల్గొన్నారు వీరు చిత్రలేఖనం ప్రదర్శన 1946లో కరవదిలో అఖిల భారత కాటిల్ ఎగ్జిబిషన్ జరిగింది 1955 అఖిలబారత పశువుల ప్రదర్శనలో సంతలో కూడా నిర్వహించారు 1957లో జిల్లా టీచర్సు కాన్ఫరెన్సులో తమ చిత్ర కళాప్రదర్శన ఏర్పాటుచేశారు 1958 - 59 హిందీ ప్రేమీమండలి మీటింగులోను చిత్రకళా ప్రదర్శన కూడా నిర్వహించారు వీరు అనేక చిత్రకళా పోటీలలో, ప్రదర్శనలలో కూడా పాల్గొన్నారు 1963 లో విజయవాడలో ఆంధ్ర ఎకాడమీ వారి కళా ప్రదర్శనం లోనూ, లలిత కళా కేంద్రం వారి రాష్ట్రీయ చిత్రకళా ప్రదర్శన లోనూ వీరికి బహుమతులు అవార్డు లభించినవి ప్రధమ ప్రపంచ తె... మహా సభలలో కూడా వీరి చిత్రా... ప్రదర్శించబడినవి ఒంగోలు లో కమ్యూనిస్టు పార్టీ ఆఫీసులో "స్టాలి... చిత్రం అమ్మనబ్రోలు ప్రాంతీ... స్వగ్రామ గ్రంధాలయంలో "గౌతమ బుద్ధుని" వర్ణచిత్రం పంచా... ఆఫీసులో శ్రీ టంగుటూరు ప్రకాశం... చిత్రం కరవది హైస్కూలు... "మహాత్మా గాంది" బస్టు విగ్రహం ఒంగోలులోని ప్రకాశం భవ... "మహాకవి గురజాడ" వారి చిత్రా... కూడా చూడవచ్చును వీరి కుమారు... కూడా చిత్రకళ నేర్పించారు ... హైదరాబాద్ JNTU నుండి డిప్లొ... పొంది గుంటూరు జిల్లా మద్దిరా... జవహర్ నవోదయ విద్యాలయం... ఆర్టు టీచరుగా పని చేస్తున్నారు

ప్రస్తుత చిరునామా.-
శ్రీ ఆర్ వెంకటేశ్వర్లు,
రిటైర్డు డ్రాయింగ్ టీచరు,
ఉల్చి గ్రామం & పోస్టు,
ప్రకాశం జిల్లా Pin Code-523182

A Farmar
by Sri R. Venkateswar; Ulchi.

ప్రకాశం జిల్లా చిత్రకారుడు
శ్రీ మేరుగు చిన్నయ్య, గంగవరం.

Sri M Chinnaiah was born in KASUKARRU Village, Ponnur Tq, in Guntur Dt AP on 15-2-1940 He passed S S L C in 1959 He also passed Drawing Examinations in 1962, 1963 and T T C in 1966 He is working as a Drawing Teacher in SVK High School, Gangavaram Inkollu Mandal, Prakasam Dt AP He learnt Art from his close relative Sri Kancharla Brahmaiah (Madras) in early days and then he started painting with his own ideas and style He developed his art from 1972 and participated in several Art Exhibitions in the state and other centres also

Awards : He got prizes from 1972 to 1996 in several and All India Art Exhibitions also from Lalit Kala Samithi, Siddipeta, Navarang Chitrakala Niketan, Vellatur, (Guntur) Lalit Kala Kendram, Bapatla, Chitra- kala samsad, Machilipatnam, Konaseema Chitra Kala Parishad, Amalapuram, Lalit Kala Parishad, Visakha-patnam, etc in the State and Bombay, Madras, Nagapur, USA Etc

Collections :- A P Lalit Kala Akademi, Hyderabad 1974, N C N Vellatur 1982, Indian Christian Art Association Bombay 1985 He also sent his paintings to National Exhibition of Art, New Delhi, S C C Z C, Nagapur; Hyderabad Art Society, Hyderabad and Working Artists of Varanasi

Camps He took part in the Second Christian Painting Camp at Madras '88, and NCN's Amaravathi Artists Camp in 95 -96

He gave good training in painting to the SVKH S Students and they got many prizes including silver and Gold Medals and shields from various State level and National level child Art competitions in the state since 1972 to 1996 He is selected as a state level Best Teacher and Awarded by the AP, state Govt on 5th Sept 1995 on Teachers day. He retired on 28th Feb'98, from his Teachers job and settled at his Native place Kasukarru and working in the field of Art

శ్రీ మేరుగు చిన్నయ్యగారు పొన్నూరు తాలూకాలోని 'కసుకర్రు' గ్రామంలో 15-2-1940 తేదీన ఒక పేద కుటుంబంలో జన్మించారు. 1959లో స్కూలు ఫైనల్ ఉత్తీర్ణులు అయినారు. తర్వాత 1962-63 సం॥లలో డ్రాయింగ్ TTC పాసైనారు తర్వాత గంగవరంలోని ఎస్ వి కే హైస్కూలు లో డ్రాయింగ్ టీచరుగా చేరినారు. అక్కడ చేరిన విద్యార్థులకి చిత్ర లేఖనంలో చక్కటి తర్ఫీదునిచ్చి మంచి భావములు గల చిత్రమును వేయించి రాష్ట్రంలోని వివిధ బాలల చిత్రకళ పోటీలకి పంపి వారికి బహుమతులు లభింప చేశారు ఫలితంగా వీరికి 1995 లో రాష్ట్ర ప్రభుత్వం వారు ఉత్తమ రాష్ట్రస్థాయి టీచర్స్, అవార్డును యిచ్చినారు

శ్రీయుత చిన్నయ్యగారు నీటి రంగులలో అనేక వర్ణచిత్రాలను తయారు చేశారు అవి చాలా ఆకర్షణీ యంగా వుంటాయి వీరికి మన రాష్ట్రంలోని లలిత కళా సమితి సిద్దిపేట (మెదక్), నవరంగ్ చిత్రకళా నికేతన్ (వెల్లటూరు) లలితకళా కేంద్రం, బాపట్ల, లోను దుబ్బాక, లోను చిత్రకళాసంసద్, మచిలీపట్నం, కోనసీమ చిత్ర కళాపరిషత్తు అమలాపురం; లలిత & చిత్రకళా పరిషత్‌లు, విశాఖపట్నం, మరియు బొంబాయి, మద్రాసు, నాగపూరు, అమెరికా మొదలైన చోట్లకూడా బహుమతులు లభించినవి

ఇతని చిత్రాలు ఆంధ్రప్రదేశ్ లలితకళా ఎకాడమి హైదరాబాద్ వారు, నవరంగ్ చిత్రకళా నికేతన్, వెల్లటూరువారు సేకరించారు శ్రీ చిన్నయ్య క్రిష్టియన్ ఆరెన్సు కేంద్రం మద్రాసులోనూ, మన నికేతన్ "అమరావతి ఆర్టిస్టు క్యాంపుల" లోనూ పాల్గొని అనుభవం గడించారు. వీరు ఫిబ్రవరి 1998 లో ఉద్యోగ విరమణ చేసి వారి స్వగ్రామం వెళ్ళి కళా సాధన చేస్తున్నారు.

Address
Sri M Chinnaiah,
Art Teacher(Retd),
Kasukurru (po),
(via) Ponnur(Md), Guntur (Dt)

"FARMERS"
by Sri M Chinnaiah,
Gangavaram

ప్రముఖ నగిషీ చిత్రకారుడు
శ్రీ దర్శి జ్వాలాచారి, గుడివాడ

Senior artist Sri Darsi Jwala Chary was born in 1945 in Talluru Village of Prakasam District in a Swarnakara family His parents are Sri Darsi Kotaiah and Smt Subbayamma garu He studied in C S R Sarma College Ongole and under gone the Lab Technician course He got employment in the Medical college in Guntur and Warangal At present he is working as Lab - Technician in the Homeo, R R Institute in Gudiwada, Krishna District

Sri Darsi Jwala Chary had got good interest and showed talents in drawing and painting At his high school level he did several water colour paintings. He did oil paintings also in his college life as hobby He learnt the Art from his Art Teacher Sri P Ratnachary, he learned the Traditional styles in painting and "Nagishi" from Sri Mangaligiri Durga Chary Then Sri Jwala Chary developed his creative talents and skill in the 'Nagishi' Art, that is embosing on sheet metal work Because he wanted to bring this type of Art close to the public, he produced all the Hindu Gods figures in the metal sheet embosing work He got an Award from Silpakala Pradarshanam in Guntur in 1991 by the great poet and saint Darsanikacharya Sri Konduru Veera Raghava Charyulu He got 'Silpa Chitra Kala Nidhi' title in the Narasaraopeta Silasilpula Maha Sabha Exhibition by Social reformer Late Sri Chirravuru Nagabhusana Charyulu garu His Nagishi pictures were Exhibited in Rajahmundry, Machilipatnam, Allagadda and Hyderabad and got Awards also He has done portraits of our famous national leaders Bapuji, Nehru and Indira Gandhi etc He has done the protraits of H E Queen Elizibeth and presented it to her She sent a deep appreciation also Sri Darsi Jwala Chary wrote several social dramas and playlets also they were played on several stages attractively

ప్రముఖ శిల్పి శ్రీ దర్శి జ్వాలాచారిగారు 1945 సంవత్సరం లో ప్రకాశం జిల్లా తాళ్ళూరు గ్రామంలో ఒక అనువంశిక స్వర్ణకారు ల కుటుంబములో జన్మించారు పుణ్యాదంపతులు శ్రీదర్శి కోటయ్య సుబ్బాయమ్మ గార్ల ప్రథమ పుత్రులు వీరు ఈయన ఒంగోలు లోని శ్రీ సి యస్ ఆర్ శర్మ గారి కాలేజీలో ఇంటర్మీడియట్ చదివి ఉత్తీర్ణు లయిన తరువాత గుంటూరు మెడికల్ కాలేజీలో లాబ్ టెక్నీషియన్ కోర్సులో శిక్షణపొంది ఉత్తీర్ణులు అయినారు అనంతరం వీరు గుంటూరు వరంగల్‌లోని మెడికల్ కాలేజీలో లాబ్ టెక్నీషియన్‌గా పనిచేశారు ప్రస్తుతం కృష్ణాజిల్లాలోని గుడివాడ హోమియో ప్రాంతీయ పరిశోధనా శాలలో అదే ఉద్యోగం చేస్తున్నారు

శ్రీ జ్వాలాచారిగారికి బాల్యం నుండి చిత్ర, శిల్ప కళలపైన ఆసక్తి ఉండేది వారు హైస్కూల్ విద్య అభ్యసించే రోజులలో శ్రీ పుసపాటి రత్నాచారిగారి వద్ద డ్రాయింగ్, పెయింటింగ్ అభ్యసించారు కొన్ని నీటిరంగుల చిత్రాలను కూడా వేశారు కాలేజీలో చదువుకున్న రోజులలో ప్రముఖ చిత్రకళో పాధ్యాయులు శ్రీ మంగళగిరి దుర్గాచార్యులు గారివద్ద ఆయిల్ పెయింటింగ్, "నగిషీపని" కళను అభ్యసించారు అనేక తైల వర్ణ చిత్రాలనుఅప్పుడు తయారుచేశారు అంతటితో వారు తృప్తి చెందక శిల్పకళలో అతిక్లిష్టమైన 'నగిషీ పని' కళను కూలంకషంగా పరిశోధించి మెటల్ షీట్‌పైన వివిధ దేవతా స్వరూపాలను అత్యంత మనోహరంగా మలచినారు 1971 లో గుంటూరు లో శిల్పకళా పరిషత్ వారు ఏర్పాటు చేసిన రాష్ట్రస్థాయి శిల్పచిత్రకళా ప్రదర్శనలో వీరి చిత్రాలు ప్రదర్శింప బడినవి ఆ సందర్భములో దర్శనా చార్య డాక్టర్ కొండూరు వీరరాఘవా చార్యులు గారు వీరి "నగిషి కళా" ప్రక్రియను మిక్కిలి ప్రశంసించారు ఆ తరువాత నరసరావుపేట లో జరిగిన శిల్పకళ ప్రదర్శనలో వీరి నగిషీ చిత్రాలు ప్రదర్శింపబడి ప్రేక్షకుల మన్ననలను పొందటమే గాక ఆ శిల్పకళా సంఘం పక్షాన ప్రముఖ సంఘసేవకులు కీ||శే|| శ్రీ చిఱ్ఱావూరి నాగభూషణాచార్యులు గారు వీరికి 'చిత్రశిల్ప కళానిధి" అని బిరుదును కూడ ఇచ్చి సత్కరించారు

శ్రీ జ్వాలాచారిగారు ఈ ప్రక్రియలో మన జాతీయ నాయకుల రూపచిత్రాలను కూడ అద్భుతముగా మలచినారు ఆయా నాయకుల నుండి ప్రశంసలను కూడా అందు కొన్నారు వీరు తమ చిత్రాలు రాజమండ్రిలోనూ, శిల్పకళాకేంద్రం ఆళ్ళగడ్డ, మచిలీ పట్నం సిద్ధిపేట, హైదరాబాదు విజయవాడ మొదలైన కేంద్రాలలో ప్రదర్శించి అనేక బహుమతులను కూడా పొందినారు వీరు జాతీయ స్వర్ణోత్సవాలను పురస్కరించుకొని వెండి రేకుపైన మన జాతీయోద్యమ చరిత్రను గుర్తు చేసే "స్వతంత్రభారత స్వర్ణోత్సవ్' అనే కళాఖండాన్ని సృష్టించి పలు కేంద్రాలలో ప్రదర్శించి, కళాభిమాను ల మన్ననలను పొందారు శ్రీ ఆచారిగారు మంచి రచయిత కూడాను మంచి సామాజిక స్పృహతో వీరు అనేక ఏకాంక నాటికలను, నాటకములను రచించారు ఈ నాటకములు అనేక కేంద్రాలలో విశేషముగా ప్రదర్శించారు వీరు కళారాధనే తన జీవిత లక్ష్యముగా పెట్టుకొన్నారు

Address:
Sri Darsi Jwala Chary,
C/o R R LABS
Club Road, Gudivada P O
Krishna Dt , A P

ఔత్సాహిక కళాభిమాని

శ్రీ పి. రఘునాధరాజు, విజయనగరం.

Sri Penumasta, Raghunadha Raju was born on 2 nd February 1940, in Vizainagarm His parents are Smt Saraswathi and Late P V. Narasimha Raju garu He got interest on this Art from his child hood from the age of 10 years But he got no encouragement from his father or his grand father But during the basic teachers training in 1960 - 62 he has to done some sketches for the syllubus in water colours Then he approached great artist Sri A Paidi Raju and practiced the Art for a short period of 8 months only In that period he developed his Artistic taste. Then he met so many artists, craftsmen and other art critics also

He visited several Art Exhibitions, and Art Museums not only in Andhra Pradesh but also at Nagapur, Bhopal, Madras and Santhiniketan etc He developed his knowledge on Art by reading the books

Mr Raju decided to serve the society though the publicity of the greatness of Indian Art That is why he wrote a small book "Introduction to Art", in Telugu in August' 81, Then he himself started a "Free world Art books Library" at his residence from 15 8 91. He collected several Art books from India and abroad, presented by some Doners He wants to construct a building for this "world art library" in Vizainagaram by the end of 20th century He requests all the Artists, Art lovers and Art Associations, to make use of this art books Library and extend their co-operation to subscribe in cash on kind His Address - Sri P Raghunadha Raju, Founder secretary, Free Art world library 45-147, R T.C Colony, Padmavathi Nagar, Dharampuri Road, Vizainagaram-2, A P.

శ్రీ పెనుమత్స రఘునాధ రాజుగారు విజయనగరంలో ది 2-2-1940లో, జన్మించారు శ్రీమతి సరస్వతి, శ్రీ వెంకట నరసింహరాజు గార్లు వీరి జననీ జనకులు శ్రీరాజుగార్కి 10వ సం వయస్సు నుండే చిత్రకళాపైన అబిమానం కల్గినది కాని తండ్రి, తాతగార్ల ప్రోత్సాహం లభించనందు వలన ఆయన నేరుగా చిత్రకళను అభ్యసించలేక పోయినారు అయితే ఆయన కోరిక 1960 -1962సం లలో తాను సెంకడరీగ్రేడ్ టీచర్సు బేసిక్ ట్రైనింగ్ పిరియడ్‌లో కొంతవరకు నెరవేరినది. అప్పుడు అనేక స్కెచ్చెస్ వేసి కొన్నినీటిరంగుల చిత్రాలను తయారుచేశారు. తర్వాత 1969 కొద్దికాలం శ్రీ అంట్యాకుల పైడిరాజు గారి వద్ద చిత్రకళలో శిక్షణపొందారు తర్వాత అనేకమంచి ప్రముఖ చిత్రకారులను, శిల్పులను కలసి, అనేక చిత్రకళా ప్రదర్శనలను, మ్యూజియంలను తిలకించి చిత్రకళనుకొంతవరకుఅద్యయనము చేసినారు శ్రీరాజు గారు స్వయంగా వ్యక్తిగతంగాను తాను ఆర్టిస్టు అవటంకంటే, తన వంటి అనేకమంది చిత్రకళా బిలాషులకు మార్గదర్శకంగా నిలచి చిత్రకళా సేవచేయటం ఉత్తమమని నిర్ణయించు కొన్నారు ఫలితంగా 1981 ఆగస్టులో "చిత్రకళా పరిచయం" అనే చిరు పుస్తకాన్ని వ్రాశారు అది అనేకమందిని ఆకర్షించినది, ప్రశంసలు పొందినది. తర్వాత శ్రీరాజుగారు Free World Art Library అనే సంస్థను స్వయం కృషితో స్థాపించారు ది 15-8-1991న దానిని తమ నివాసంలోనె లాంచనముగా ప్రారంభింపచేశారు ఇప్పటి వరకు చిత్రలేఖనం, . శిల్ప సంస్కృతి, వాస్తు, పురాతత్వ శాస్త్రాలు మొదలైన !2అంశముల మీద దాదపు 1000 పుస్తకాలను సేకరించారు దీని నిర్వహణకు ఉదార సంస్థలను, దాతల నుండి సహాయ సహకారము లను కోరుతున్నారు ఈ స్వచ్ఛంద ఉచిత ప్రపంచ లలితకళల లైబ్రరీకి ఎప్పటికైనా బవనాన్ని నిర్మించాలనే తలంపుతో విజయనగరంలో కొద్ది స్థలాన్ని స్వయంగా కొని వుంచినారు శ్రీరాజుగారు వృత్తి రిత్యా ఉపాధ్యాయులు,మధ్యతరగతికుటుంబీకుడు అయినా ఉత్తమ ఆశయాలతో వున్న ఆదర్శమూర్తి శ్రీ పి రఘునాధరాజు గారు, ఫౌండరు మరియు సెక్రటరీ, ఫ్రీ వరల్డు ఆర్టు లైబ్రరీ, 45-147, R T C. కాలనీ, పద్మావతీనగర్‌కాలనీ,ధర్మపురిరోడ్డు, విజయనగరంPin-535002, A P అనే చిరునామాకు విరాళములను గానీ, తమవద్దగల ఆర్టు బుక్సును గానీ పంపవచ్చును వాటిమీద శాశ్వతముగా ధాతల పేర్లు వ్రాసి వుంచుతారు(వీరి లైబ్రరరీ చిత్రం 70వ పేజీలో చూడండి)

విజయనగరం చిత్రకారుడు
శ్రీ కలిశెట్టి అప్పారావు

Sri K. Appa Rao was born on 1.1.1951 in Vizainagaram. He is a Science graduate and passed Drawing Higher and T T C. He studied Art under the guidence of Sri A Paidi Raju and K Jagannadha Raju and has done good paintings, He is working as Art teacher in the Local Muncipal High School at present.

He got several prizes for his paintings from Navarang Chitrakala Niketan, Vellatur (Guntur) Best Award in 1992 State level Art Exhibition and Ist prize in 1993. at Vizag. His paintings were selected as the most outstanding work in 1993 at Musala Art Exhibition. He got prizes and Awards from Konaseema (KCP) Chitrakala Parishad Amalapuram every year 1993 to upto date in I, II and IIIrd ranks. He also got a second prize in 1994 at Dubbaka Chitrakala (Art) Nilayam and Ist prize in the All India Art Exhibition 1996 at Visakha-patnam. In this way Sri Appa Rao getting up the ladder of victories in painting and hope he will get a bright future.

His students are also getting good prizes in various child and youth are exhibitions. Sri Appa Rao selected as Best Teacher (District Level) by the D.E.O. in 1990 and got "Visista Acharya Puraskar Award in 1996 from Amala Puram Chitra Kala Parishad. Address - Sri K. Appa Rao, Drawing Master, Kanapaka, Near Collector's Bangalow, Vizianagaram, A.P. Pin-535 003.

శ్రీ కలిశెట్టి అప్పారావు గారు విజయనగరంలో 1-1-1951న జన్మించారు ఈయన బి యస్ సి ఉత్తీర్ణులైనారు తర్వాత శ్రీ పైడిరాజు గారి వద్ద కార్లపూడిలోని శ్రీ జే జగన్నాధరాజు గారి వద్ద చిత్రకళ నేర్చుకొన్నారు చిత్రకళలో ప్రభుత్వ డిప్లమో పొందారు ప్రస్తుతం మున్సిపల్ కంటోన్మెంట్ హైస్కూలులో డ్రాయింగ్ టీచరుగా పని చేస్తున్నారు

వీరి వర్ణ చిత్రములకు తొలుత 1992లో నవరంగ్ చిత్రకళా నికేతన్ ప్రాంతీయ ప్రౌఢ చిత్ర కళా ప్రదర్శనలో Best Award గా స్వర్ణపతకం లభించినది అప్పటినుండి వీరి చిత్రాలకి అనేక కళా ప్రదర్శనలో బహుమతులు లభించిన విశాఖపట్నంలో 1993 లో జరిగిన కళా ప్రదర్శనంలో ప్రదమ బహుమతి, మచిలీపట్నం చిత్రకళా సంసద్ పోటిలో 1993 ఉత్తమ ప్రశంస పత్రం లభించగా అమలాపురం కోనసీమ చిత్రకళా ప్రదర్శన యందు 1993 లో ద్వితీయ బహుమతిని 1995 లో శ్రీ రాజాజీ అవార్డును పొందారు 1994 లో మెదక్ జిల్లా దుబ్బాక చిత్రకళా నిలయం వారి చిత్రకళా ప్రదర్శనలో ద్వితీయ బహుమతిని విశాఖలో 1996లో అఖిలభారత చిత్రకళా ప్రదర్శనలో ప్రదమ బహుమతి లభించినది

శ్రీ కే అప్పారావు గారు జిల్లా స్థాయిలో ప్రభుత్వ ఉత్తమ ఉపాధ్యాయుని అవార్డును, 1990 లో పొందినారు 1996 లో అమలా పురంలోనూ చిత్రకళా పరిషత్ వైజాగ్ లోనూ విశిష్ట ఆచార్య పురస్కారాన్ని కూడా అందు కొన్నారు వీరు ఉత్తమ చిత్రకారుడుగాను,చిత్రకళోపాద్యాయులు గాను కీర్తి సంపాదిస్తున్నారు

Bubble of Vanish Sri .k.Appa Rao, Vijayanagaram

చిత్ర కళా స్థపతి, శిల్పి
శ్రీ ఎ. వేలు, హైదరాబాదు

Stapatni Sri A Velu, was born in Venrampalli Village of Chittoor District or 1st June 1952 in a Viswakarmas family After completing the Secondary Education he has undergone the Certificate course in Sculpture and Temple Architecture (4 years) in Ist class in T.T D school of Traditional Sculpture and Temple art sculpture in Tirupathi He worked as skilled Asst (Teacher) in the Silpakala Sala, Hyderabad (1975-78) Then he got training in drawing and painting in the Shramika Vidya peeth and passed the Drawing Examination in Ist class (1988 AP)

Sri A Velu has done a good number of paintings as well as sculpture He participated along with his paintings in National Art Exhibitions of the state He got Ist prize in the S V University's Inter collegiate competitions (1975) best Award in the State level spot painting competitions of Navarang Chitrakala Niketan, Vellaturu (1982) Ist prize at All India youth Art Exhibition of Navarang Chitrakala Niketan Vellaturu, (1984) and 1988 I st prize in the Priyadarshani art competitions, Guntur in 1986, He got prizes from Machilipatnam, and Bapatla art competitions also He participated in H A S Hyderabad. (1991) and Konaseema Chitra Kala Parishad, Amalapuram, (1991) He passed M A in Ist Division (Archology) from Osmania University He is working as Deputy Stapath in the AP Endowment Department, He wrote some Articles on the Art in the local News papers and gave some Radio talks from AIR Vijayawada Sri A. Velu organised one man shows at Chittoor in 1975, Guntur (1983 and 1984) Vijayawada (1987) Tirupathi in 1989 and got good appreciation from the public He got Best Award gold medal in Navarang Chitrakala Niketan's All India Amateur Art Exhibit on 1987 His present address Sri A Velu M A Deputy Stapathi Endowments Department, Tilak Road Hyderabad - 500 001, A P

స్థపతి శ్రీ ఎ వేలు గారు చిత్తూరు జిల్లా, వెన్నంపల్లి గ్రామంలో ఒక శిల్పి కుటుంబములో ది 1 6 1952 న జన్మించారు ఆయన సెకండరీ విద్యను పూర్తిచేసుకొని తిరుపతిలో దేవస్థానం వారి శిల్ప కళాశాలలో చేరి 4 సంవత్సరములు శిల్ప కళా విద్యను అభ్యసించి 1975 లో Ist క్లాసులో డిప్లమో తీసుకొన్నారు

అనంతరం వీరు కొన్నాళ్ళు వరకు హైదరాబాద్‌లోని ఎండోమెంట్ బోర్డు వారి శిల్పకళావిద్యా శాలలో స్కిల్డ్‌వర్కర్ (ఉపాధ్యాయుడు) గా పని చేశారు తర్వాత ఉద్యోగరీత్యా ఆయన గుంటూరు వచ్చి అక్కడ ఖాళీ సమయములో 1983-84 లో శ్రామిక విద్యాపీఠములో డ్రాయింగ్, పెయింట్‌గు, బ్లూప్రింట్ మేకింగులలో శిక్షణ పొందినారు 1985 లో ప్రైవేటు గా 'B A" ఆంధ్ర యూనివర్సిటీలో పట్టభద్రులు అయినారు 1988 లో డ్రాయింగ్ పరీక్షలో ప్రధమ శ్రేణిలో ఉత్తీర్ణులు అయినారు

గుంటూరులో తాను వుండగానే ఆయన స్వయముగా అనేక ఆయిల్ పెయింటింగ్స్ వేసి వివిధ పోటీలకి ప్రదర్శనలకి పంపటం ప్రారంభించారు శ్రీ వేలు గార్కి 1975 లో శ్రీ వెంకటేశ్వర యూనివర్సిటీలో "అంతర్ కళాశాలల కళాక్రాంతి" పోటీలో ప్రధమ బహుమతి లభించినది 1978 లో మన నవరంగ్ చిత్రకళా పోటీ ప్రత్యేక బహుమతి 1982 లో మన లలిత అకాడమీ వారి సహాయముతో గుంటూరులో నిర్వహించి టాలెంట్ సెర్చ్ స్పాట్ కాంపిటీషన్‌లో Ist ప్రైజు లభించినది

అతరువాత వెలుగారు 1984 విజయవాడలో జరిగి రాష్ట్రస్థాయి చిత్రకళా పోటీలలో బహుమతులు పొందినారు 1986 లో వెల్లటూరులో మన సంస్థ నిర్వహించిన అఖిలబారత చిత్రకళా ప్రదర్శనంలో వేలు గారి చిత్రానికి ప్రదమ బహుమతి లభించగా 1987 లో గుంటూరు ప్రియదర్శని ఆర్ట్ ఎగ్జిబిషన్‌లో కూడా Ist ప్రైజు లభించినది 1990 లో వీరికి ఒంగోలు లో నిర్వహించిన వయోజన విద్యా పోస్టర్ కాంపిటిషన్‌లో ద్వితీయ బహుమతి లభించినది ఇంకా వీరికి బందరులో చిత్రకళాపంసద్ పోటిలోను శ్రీశైలం దేవస్థానం పోటిలలోను బహుమతులు లభించినవి

1994 లో ఉస్మానియా యూనివర్సిటీ నుండి పురావస్తు శాస్త్రంలో M A పట్టభద్రులు అయినారు వీరు 1989 లో జపానులో ఒక సంస్థవారు నిర్వహించిన అంతర్జాతీయ డిజైను పోటిలలో కూడా పాల్గొన్నారు వీరు చిత్రశిల్ప కళలను గురించి వివిధ దినపత్రికలు ఆదివారం సంచికల్లో వ్యాసాలు వ్రాశారు ఆకాశవాణి, విజయవాడ కేంద్రం నుండి వీరు శిల్పకళపై తన ప్రసంగాన్ని అందించారు శ్రీ వేలు గారు ప్రస్తుతం హైదరాబాద్‌లో స్టేట్ ఎండోమెంట్ బోర్డ్‌లో డిప్యూటి స్థపతిగా పనిచేస్తున్నారు వీరు ఇంకను చిత్రకళపట్ల అభిమానం కల్గి వుండటం ప్రశంసనీయం

అడ్రసు - శ్రీ ఎ వేలు డిప్యూటి స్థపతీ
దేవాదాయ ధర్మాదాయ శాఖ,
తిలక్ రోడ్, హైదరాబాద్-1

ఔత్సాహిక కళాకారిణి
శ్రీమతి యస్. విజయలక్ష్మి, హైదరాబాద్

Smt Sri Giriraju Vijaya Lakshmi was born on 1st July, 1945 at Guntur. Her father Sri P.S.V.S Chalapathi Rao is a lyrics writer and lover all kinds of Arts. That is why he encouraged Smt. Vijaya Lakshmi in all kinds of Arts including Drawing, Painting, Music and Literature. She passed P.U C. & Type writing she won many prizes in games, singing, writing essays stories, poems, and Drawing Etc., in her school and college days Further she became a member of Indian photography. Then she Participated in the Exhibitions of photogrophy, Cartoons, paintings etc. she held at Central Library on 10-9-95 and honoured by Famous Artist "Sri P.R. Raju She released 2 books "Vyasa suma mala" (Essays) and "Sangitha Gnanamu" (songs) on 15-2-95 in the City Central Library and won "Sahithi Yuva Ratna" Award on 14-5-95 by the Central Minister Sri G Venkata Swamy One of her songs casette has been released Sri Kalluru Murali Krishna on the devotional songs written by her father, on "Chandaluru MahaLakshmi Devi", and she realeased two books "Kadamba Mala" and Vaidyonarayano harihi" on 4--1-98 at City Central Library through Dr. C. Naryana Reddy. Her novel "Aame" is being Serialised in "Viswvarachana" from 1/99 onwards She won "Kavipurepu Trust Award" as singer in 3/97.

She sent her paintings to our NCN Art Exhibitions and won some prizes also She is a life member of our Asson and K C P Amalapuram also Now she is working as Super intendent in M. section office of the Chief Engineer, Major Irrigation, Erra Manzil, Hyderabad, 500 082

శ్రీమతి శ్రీగిరిరాజు విజయలక్ష్మి గారు గుంటూరులో 1-7-1945 న జన్మించారు తండ్రి శ్రీ పి యస్ వి ఎస్ చలపతిరావు గారు ఒక గెయ రచయిత, వారు అనేక భక్తిగీతాలు రచించారు ఈమె పి యు సి మరియు టైప్ రైటింగ్ ప్యాసైనారు. తండ్రిగారి ప్రోత్సాహం తో వీరికి లలితకళల లోనూ సంగీతం, సాహిత్యంలోనే గాక ఆటలులోకూడా ఆసక్తి, ప్రవేశం లభించినది బాల్యం నుండి వీరికి అనేక బహుమతులు కూడా లభించినవి ఈమె ఫెడరేషన్ ఆఫ్ ఫోటోగ్రాఫర్సు సంస్థ నిర్వహించిన ఎగ్జిబిషన్‌లో 10-9-95న ప్రముఖ చిత్రకారులు శ్రీ పి ఆర్ రాజు గారి చేతులమీదుగా ఒక బహుమతి అందుకున్నారు అలాగే వీరు వ్రాసిన గ్రందాలకు .కేంద్ర మంత్రి గౌ॥శ్రీ జి. వెంకటస్వామి గారి నుండి కూడా ప్రత్యేక అవార్డు అందుకొన్నారు. వీరు పాడిన భక్తి గీతాలు క్యాసెట్ కూడా విడుదల అయినది

ఇంకొక "కదంబమాల" పాటలు అనే గేయాలు కూడా వ్రాశారు వీరు మన చిత్రకళా నికేతన్‌లోను, అమలాపురం లోని కోనసీమ కళాపరిషత్ లోనూ సభ్యులు గాచేరి వున్నారు వీరి చిత్రాలకి మన కళానికేతన్ పోటీలో 3, 4 సార్లు బహుమతులు కూడా లభించినవి.

వీరి చిరునామా:
శ్రీమతి శ్రీ గిరిరాజు విజయలక్ష్మి,
365/A, ఓంకారమ్, ఎర్రమంజిల్
హైదరాబాద్ - 500020

వీరు ప్రస్తుతం ఇరిగేషన్ చీఫ్ ఇంజనీరుగారి ఆఫీసులో సూపరింటెండింట్‌గాపనిచేస్తున్నారు

"Today's story"
by Smt. S. Vijaya Lakshmi, Hyderabad.

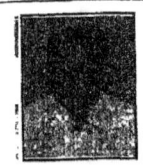

రాజమండ్రి లోని మరో సీనియర్ చిత్రకళాకారుడు
శ్రీ ఎ.వి.యస్. సోమశేఖర్.

Sri A V S Somasekhar, S/o. Suryanarayana was born on 10-9-1935 in Razole, East Godavari Dist, A P He passed B A and Typewriting Lower Grade He is interested on Art from his early life He took the guidance in Art from Late Sri M Rajaji. He participated in the Art Exhibitions with his paintings and was awarded prizes from Lalit Kala Parishad, Vizag, Chitrakala Samsad, Masula, Navarang Chitrakala Niketan, Vellatur, Guntur Dt, Ankala Art Academy, Bhimavaram, Andhra Academy of Arts, Vijayawada, Amal Art Academy, Eluru, W G D and Konaseema Chitrakala Parishad, Amalapuram Especially he got Best award gold medals from Navarang in 1990 and at Bhimavaram in 1996 He was honoured as an eminent artist by the Supreme Court Judge, Sri Yogeswar Dayal in 1988 and by the High court Judge Smt Amareswari also. He arranged his one man Art shows in the Town hall in 1988 - 89, Damerla Art Gallary'89 and Bonasson Hall, Kakinada 91 Recently he published "Chitrakala Swabodhini " for young people

Address .-
Sri A V S Soma Sekhar, Retd
Sirastadar, Artist,
KATHERU Post,
Rajahmundry Rural, A P

శ్రీ ఎవియస్ సోమశేఖర్ గారు 10-9-1935 లో తూర్పుగోదావరి జిల్లా రాజోలులో జన్మించారు వీరి పూర్తిపేరు శ్రీ అద్దాల వెంకట సుబ్రహ్మణ్య సోమశేఖర్, వారి తండ్రి పేరు అద్దాల సూర్యానారాయణ గారు, సోమశేఖర్ గారు బి ఎ లిటరేచర్ పట్టభద్రులు, టైపు లోయరు పరీక్ష ఉత్తీర్ణులు అనంతరం తూర్పుగోదావరి జిల్లా కోర్టులో సిరస్తాదార్‌గా పనిచేసి రిటైర్ అయినారు వీరికి బాల్యం నుంచి చిత్రలేఖనం పట్ల ఆసక్తివున్నది వీరు కొంతకాలం రాజమండ్రిలోని దామెర్ల ఆర్టుగాలరీ స్కూలు ప్రిన్సిపాలు శ్రీ యం రాజాజీ వద్ద చిత్రలేఖనంఅభ్యసించారు డ్రాయింగ్ లోయర్, హైయ్యర్ పరీక్షలు కూడా ఉత్తీర్ణులు అయ్యారు వీరు అనేక నీటిరంగుల చిత్రాలను, తైలవర్ణ చిత్రాలను వేశారు శ్రీ సోమశేఖర్‌గారు తన చిత్రాలను వివిధ పోటీలకు, ప్రదర్శనలకు పంపి గణనీయమైన బహుమతులను పొందినారు వీరి చిత్రాలు విశాఖపట్నం లలితకళా పరిషత్‌లోను, మచిలీపట్నం చిత్రకళ సంసద్ లోను, వెల్లటూరు (గుంటూరుజిల్లా) నవరంగ్ తకళానికేతన్ వారి ప్రాంతీయ ప్రౌఢచిత్రకళా ప్రదర్శనలోను, భీమవరం అంకాల ఆర్టు ఎకాడమీ ప్రదర్శనలోను, విజయవాడ ఆంధ్ర ఎకాడమీ ఆఫ్ ఆర్ట్స్ ప్రదర్శనలోను, కోనసీమ చిత్రకళా పరిషత్‌లోను ప్రదర్శింప బడినవి 2, 3 చోట్ల సన్మానాలు సత్కారాలు కూడా పొందినారు వెల్లటూరులో . Gold Medal (Best Award) పొందినారు మంచి చిత్రకారుడుగా వీరు చీఫ్ జస్టిస్ యోగేశ్వర్ దయాల్ గారి చేతనూ, హైకోర్టు న్యాయమూర్తి శ్రీమతి అమరేశ్వరి గారి చేతను సన్మానాలు అందుకొన్నారు వీరు రాజమండ్రిలో రెండు సార్లు, కాకినాడలో ఒకసారి వ్యక్తిగత చిత్రకళా ప్రదర్శనము నిర్వహించినారు అంతే గాక త్వరలో వీరు "చిత్రకళా స్వయం బోదిని" అనునట్టి పుస్తకం ప్రచురించటం ముదావహం: విజయో స్తు! 1999లో బందరులో జరిగిన శ్రీ I K అయ్యవార్ స్మారక చిత్రకళా ప్రదర్శనలో రు 1,000/-ల నగదు బహుమతి కూడా పొందారు

Transplantation by Sri. A.V.S. Soma Sekhar

రాజమండ్రి యువకళా రత్నం
శ్రీ టేకి మృత్యుంజయరావు

Sri Teki Mruthunjaya Rao born on 12-7-1964 in Rajahmundry, His father is Sri T Rama Chari is a master Gold Smith. He passed S S C and learnt Art in Damerla Ramana Rao Art School, 1979-82under the Guidance of Sri M. Rajaji Then he joined in the Govt. Diploma Course in Fine Arts college, Hyderabad with the encouragement of his Guruji Sri Rajaji and secured Ist class with Distinction in B F A He is alsc awarded a Gold Medal by the JNT University in 1989, and he passed T T C in Drawing also

He participated in many Art Exhibitions in State, Regional and National level too He got several Prizes in the Art Exhibitions held at Rajahmundry Vellatur, Siddipeta, Hyderabad, Machilipatnam, Vijayawada, Vizag, Bhimavaram and Tirupathi He made his One Manshows in Rajahmundry, Hyderabad, Vellatur Machilipatnam, and Anakapalli He particpated in the Group shows also held at Hyderabad, Rajahamundry and Vijayawada.

He got merit scholarship of Sri Acharya Varada Venkata Ratnam memory from 1984 to 1989 He got special training in Viswal Arts at Hyderabad in 1990 and C.C R T. New Delhi in 1991 He participated in 3 Artists camps sponsered by the Govt at Tirupathi in 1993, Amalapuram 1994, and Tradition Artists camp at Anakapalli in 1996 He worked as Art Teacher in Navodaya Vidyalaya, Yanam, 1991 to 95 and at present he is working as Art Master, in the Kedndriya Vidyalay O N G C., Rajham undry. He is the Founder and Secretary of Rajhamundry Chitrakala Niketan

యువ చిత్రకారుడు శ్రీ టేకి మృత్యుంజయరావు ది 12-7-1964న రాజమండ్రిలో జన్మించారు వీరి తండ్రి శ్రీటేకి రమణాచార్యులుగారు పేరెన్నిక గన్నస్వర్ణశిల్పి శ్రీ రావు రాజమండ్రిలోనే ఎస్ ఎస్ సి వరకు చదువుకొన్నారు అనంతరం వారు రాజమండ్రి లోని శ్రీదామెర్ల రామారావు ఆర్టు గ్యాలరీ మరియు స్కూలులో 1979 నుండి 82 వరకు శ్రీ యం రాజాజీ గారివద్ద చిత్రలేఖనం నేర్చుకొన్నారు వారి ప్రోత్సాహంలోనే 1984లో హైదరాబాద్ వెళ్లి అక్కడ జె యన్ టి యూనివర్సిటిలోని లలిత కళాశాలలో ప్రవేశించి 1989లో డిక్టింషన్‌తో బి ఎఫ్ ఎ పట్టాను పొందినారు వీరికి ఆ యూనివర్సిటీ వారు చిత్రలేఖనంలో ఆ సం॥కి ఇచ్చే స్వర్ణపతకాన్ని గవర్నర్ శ్రీమతి కుముద్‌బెన్ జోషి గారి చేత ఇప్పించినారు తర్వాత టెక్నికల్ టీచర్స్ ట్రైనింగ్ కూడా ఉత్తీర్ణులు అయినారు

శ్రీ మృత్యుంజయరావు అనేక చిత్రకళా ప్రదర్శనలకి తన వర చిత్రాలను పంపించారు 1979లో రాజమండ్రిలో బెస్టు ఎవార్డును పొందారు తర్వాత 1981-82లో రాజమండ్రిలోనూ, భీమవరంలోని అడివి బాపిరాజు కళా కేంద్రంలోనూ నగదు బహుమతులను పొందారు. 1982 భీమవరం అంకాలా అకాడమీ వారి చిత్రకళా ప్రదర్శనలో ప్రథమ బహుమతిని, సిద్దిపేటలో బెస్టు ఎవార్డ్'ను, వైజాగ్‌లో ఒక నగదు బహుమతిని అందుకొన్నారు ఈ రకంగా శ్రీరావుకి పాల్గొన్న ప్రతి ఎగ్జిబిషన్ లోనూ ఉత్తమ పురస్కారాలు లభించినవి

తర్వాత 1991 నుండి 1995 వరకు యానాంలోని నవోదయ పాఠశాలలో డ్రాయింగు టీచరుగా పనిచేశారు తర్వాత 1996 నుండి రాజమండ్రిలోని O N G C కేంద్రీయ విద్యాలయంలోనే ఆర్టు టీచరు గా పనిచేస్తున్నారు "రాజమండ్రి చిత్ర కళా నికేతన్" అనే సంస్థను స్థాపించి బాలబాలికలను ప్రోత్సహించుటమే గాక అనేక మంది పేరెన్నికగన్న కళాకారులను రాజమండ్రికి రప్పించి సన్మానాలు చేస్తుంటారు వీరు విజయనగరంలో జరిగిన ఇక్కడ ట్రెడిషనల్ ఆర్టిస్టుల క్యాంపులోనూ, అమలాపురంలో 1994 పోర్ట్ రైట్ క్యాంపులోనూ, 1996లో అరకు లోయ జాతీయ ప్రభుత్వ సాంప్రదాయ చిత్రకళ క్యాంపులలోనూ, పాల్గొనినారు అతి చిన్న వయస్సులోనే చిత్రకళలో ఉన్నత శిఖరాలను అందుకొన్నారు ప్రస్తుత చిరునామా శ్రీ టి. మృత్యుంజయరావు C/o వరలక్ష్మి నిలయం, 35-22-6, కస్పా వీధి రాజమండ్రి 533001 తూ గో జిల్లా ఆంధ్రప్రదేశ్

"Mangala Snanam"
by Sri T. Mruthunjaya Rao, Rajahmundry

NCN Chitrakala Deepika 58 చిత్రకళా దీపిక

రాజమండ్రి యువ చిత్ర కారిణి
కుమారి ఎన్.వి.పి.యస్.యస్. లక్ష్మి

Young lady Artist Kumari N V P S S Lakshmi (Padma) was born on 26th December 1963 Her parents are Smt Sakkubai and Sri N Gangavatharam and grand daughter of Great Master of Land Scape painter Sri V V Bhagiradhi She was trained in the Art under the guidance of Sri M Rajaji and passed Drawing Lower & Higher Examinations and T T C Her general qualification is M A (Tel) She done good number of paintings and participated in several Art Exhibitions She won Ist prize in the All India Youth Art Competitions of our NCN, Vellatur 1990 Second prize in the Dt Level Art Competition by the Adults Education Department E G Dt in 1990 and Cash Award from the Chitrakala Sansad Machilipatnam In the same year - Ist prize in the All India Youth Art Exhibition of NCN Vellatur 1991 and Cash Award of K C P, Amalapuram '91 and in 1992 at NCN Vellatur Art Exhibitions and Best Award in 1992 at NCN Vellatur, and Several Art Exhibitions She also got Awards from Machilipatnam, Visakhapatnam, Bhimavaram and Hyderabad

Some time she is worked as an Art Teacher in the Art School of Rajahmundry of D R M Chitrakala Niketan and won "Visishta Acharya Puraskar" in 1995 from AICA Young Envoys International, Hyderabad, and "Gurudevo Bhava Santhi Seva Award" has been presented, She got Appreciation certificate on behalf of "Art study circle in 1995 She is Co odinator of the RCN Art Exhibitions from the last-5 years Present address NVPSS, Lakshmi, 46-10-33, Danavai-peta, Rajahmundry, 533103, E G Dt

కుమారి ఎన్ వి పి ఎస్ ఎస్ లక్ష్మిగారు ది 26-12-1963న పుణ్య దంపతులు శ్రీ ఎన్ గంగావతారం గారు మరియు సక్కుబాయ్ గార్లకి ముద్దు బిడ్డగా రాజమండ్రిలో జన్మించారు అంతేగాక ఈమె ప్రఖ్యాత ప్రకృతి చిత్రకారుడు కీ॥శే॥ శ్రీ వి వి భగీరధిగారి మనవరాలు భగీరధిగారు ప్రకృతి వర్ణ చిత్రాలు వేయటంలో సుప్రసిద్ధులు గనుక ఆయనకి ఆంధ్ర టర్నర్‌గా కీర్తి లభించినది ఈమె సాధారణ విద్యగా యం ఎ (తెలుగు,) ఉత్తీర్ణులు వీరు చిత్రకళలో ప్రముఖ చిత్రకారులు కీ॥శే॥ యమ్ రాజాజిగారి వద్ద శిక్షణపొంది, డ్రాయింగ్ లోయరు, హైయ్యర్ పరీక్షలు, టి టి సి ఉత్తీర్ణులు అయినారు ఈమె ఎన్నో చక్కని ఊహాచిత్రాలను కూడా వేశారు సామాజిక స్పృహ వ్యక్తం తోనేగాక, ప్రబంధాలలోని వక్[illegible] ఇతివృత్తాలను కూడా చిత్రించారు. నీటిరంగులలోని సంప్రదాయ శైలిలో ఎక్కువ చిత్రాలు వేశారు అలాంటి వర్ణచిత్రాలు ఆంధ్రప్రదేశ్‌లోని వివిధ సంస్థలు నిర్వహిస్తున్న వివిద రాష్ట్ర స్థాయి, జాతీయస్థాయి కళా ప్రదర్శనలకు పంపి గణనీయమైన బహుమతులు పొందినారు, 1989 నుండి ఇప్పటివరకు 20 బహుమతులు పైగానే పొందారు ప్రస్తుతం ఈమె రాజమండ్రి చిత్రకళా నికేతన్ ఆధ్వర్యంలో నిర్వహిస్తున్న ఆర్టు స్కూలులో ఆర్టు టీచర్‌రుగా పనిచేస్తున్నారు అంతే గాక ఆ సంస్థ నిర్వహిస్తున్న వారిక చిత్రకళా ప్రదర్శనలకి కన్వీనర్‌గా చిత్రకళారంగానికి ఎనలేని సేవ చేస్తున్నారు కుమారి పద్మగారికి హైదరాబాద్‌లో ఎంగ్ఎన్ వాంస్ ఇంటర్‌నేషనల్ సంస్థవారు విశిష్ట ఆచార్య పురస్కారాన్ని శ్రీ పి ఆర్ రాజు ఆర్టు స్టడీసర్కిల్ వారు ఒక అభినందన పత్రం ఈమెకి కూడా యిచ్చినారు ఇక ముందు కూడా చక్కని చిత్రాలు వేసి చిత్రకళలో మరింతగా ఈమె రాణించగలరని తలుస్తున్నాను

Kala Bhashini.
by Kr. NVPS Lakshmi, Rajahmundry

Sri M Venkateswara Rao was born in a Harijan family at Rajahmundry in the year at 1950 He is very poor in his childhood and then he could not get his school studies regularly He got a small job in the Local Art Gallary and Art school where Sri M Rajaji was working as principal Sri Rajaji discovered the hidden talents of Mr Rao and he took interest in his Art education and trained him for the drawing examinations Mr Rao developed as best talented young artist under the affectionate coaching of Sri Rajaji Mr Rao passed Govt Technical Exams in 1969 - 70 and obtained Diploma in Fine Arts from Rama Rao Art School in 1974, Rajahmundry

He participated regularly in all the Art Exhibitions and got several prizes He got recognition as an Talented Artist A P Lalit Kala Akademi, Hyderabad sanctioned him financial assistance for studies in advanced painting course under the guidance of Sri M Rajaji He became one of the most efficent young Artists of Andhra Pradesh He has done good paintings in academic and traditional styles

His drawings and paintings were published in some leading magazines He arranged his one man shows in various centers in the state and got good appreciation also At present he is working as Art master in the Railway Mixed High School ..th Lallaguda, Secunderabad, ..n - 500 017 A P and giving students good training in the ..rt

రాజమండ్రిలో ఉద్భవించిన మరో మాణిక్యం శ్రీ యం. వెంకటేశ్వరరావు.

శ్రీ యం వెంకటేశ్వరరావు రాజమండ్రిలో ఉద్భవించిన మరో మట్టిలో మాణిక్యం వీరు 1950 లో ఒక పేద హరిజన కుటుంబంలో జన్మించినారు బాల్యంలో పై చదువులకు పోలేక బాల్యంలోనే స్థానిక రామారావు ఆర్టుగ్యాలరీ స్కూలులో జీవనోపాదికి చిన్న ఉద్యోగంలో చేరినారు శ్రీ యం రాజాజీగారు అక్కడ ప్రిన్సిపాల్‌గా పనిచేస్తున్నారు వారు శ్రీ రావులోని సృజనాత్మక కళను గుర్తించి. ప్రత్యేక శ్రద్ధతో చిత్రకళలో శిక్షణ ఇచ్చి ప్రోత్సాహించారు వారి శిక్షణలో శ్రీ వెంకటేశ్వరరావు 1969-70 లోనే ప్రభుత్వ డ్రాయింగు లోయరు, హైయ్యరు పరీక్షలు ఉత్తీర్ణులు అయినారు అనంతరం రామారావు ఆర్ట్సు స్కూలులో మరికొంత శిక్షణ పొంది 1974 లో ఆర్టు గ్యాలరీవారి డిప్లమో కూడా పొందారు తర్వాత ఆంధ్రప్రదేశ్ రాష్ట్ర లలిత్ కళా అకాడమీ వారి ఆర్థిక సహాయంతో శ్రీరాజాజీ గారి అమూల్యమైన వీరి శిక్షణలో వీరు పెయింటింగ్‌లో అడ్వాన్సు కోర్సు కూడ విజయవంతంగా పూర్తి చేసారు శ్రీవెంకటేశ్వరరావు సాంప్రదాయ శైలిలోను, అకాడమిక్ శైలిలోను అనేక వర్ణచిత్రములను రూపొందించారు వాటిని అనేక రాష్ట్రస్థాయి, జాతీయ స్థాయి చిత్రకళా పోటీలకు పంపి గణనీయమైన బహుమతులను కూడా పొందినారు వీరి చిత్రాలు ఆంధ్ర ప్రదేశ్‌లోని ముఖ్యమైన వివిధ పత్రికలలోను ప్రచురించబడినవి ఆంధ్ర ప్రదేశ్ ప్రభుత్వము వారు 1975 లో నిర్వహించిన మొదటి ప్రపంచ తెలుగు మహాసభల సందర్భంలో ప్రచురించిన "తెలుగుతల్లి" ప్రత్యేక సంచికలో కూడా వీరి వర్ణచిత్రం "యోగివేమన" ప్రచురించినారు అనంతరం శ్రీరావు ప్రభుత్వ రైల్వే పాఠశాలలో డ్రాయింగు టీచరుగా అప్పాయింట్‌మెంట్ పొందినారు ప్రస్తుతం వీరు సికింద్రాబాద్‌లోని సౌత్‌లల్లగూడ. రైల్వే మిక్స్‌డ్ హైస్కూలులో డ్రాయింగ్ టీచరుగా పనిచేస్తున్నారు శ్రీరావు గారు అనేక స్వీయచిత్రకళా ప్రదర్శనలను కూడా నిర్వహించారు అక్కడి విద్యార్థులకు చక్కగా చిత్రలేఖనం నేర్పి వారితో కూడా మంచి మంచి చిత్రాలను వేయించి, వివిధ చిత్రకళ పోటీలకు పంపి బహుమతులు పొందుతున్నారు వీరి చిరునామా శ్రీ M V రావు ఆర్ట్ టీచరు, రైల్వే హైస్కూలు, సౌతేలల్లగూడ, సికింద్రాబాద - 500 017

Sri J. V Naresh, Student of Sri M V. Rao

Yogi Vemana

Sri K. Nooka Raju was born on 18th Jan 1960 in Rajah-mundry. Sri Karanam Surya Rao is his father. He passed B A. Degree and he learnt the art of painting under the guidance of Sri M. Sita Rama Charyulu and he took Diploma in Drawing and painting from Damerla Rama Rao School of Art, Rajahmundry After passing Drawing Higher and T.T.C., he got job as an art teacher in Z P. High School, Rangampeta, East Godavari District.

Sri Nooka Raju has participated in several Art Exhibitions with his paintings and won the following Awards Ist Prize in the 15th Regional Art Exhibition of Navarang Chitrakala Niketan, Vellatur, Guntur Dt Another Awards Sri Bhagiradhi Award at the State level Art Competition, held at Amalapuram and III prize in the State Art Exhibition, at Bhimavaram besides many special and merit awards including cash prizes from Lalit Kala Parishad, Visakhapatnam and other places.

He is a member of the Rajah mundry Chitrakala Niketan and Konaseema Chitrakala Parishad, Amalapuram also

His address -

Sri K Nooka Raju, Drawing Teacher, Rama Chandra Raopeta, II Street, D.No. 19-4-24 Rajahmundry,
Pin - 533 105 (A P)

రాజమండ్రి చిత్రకళాకారుడు
శ్రీ కరణం నూకరాజు.

శ్రీ కరణం నూకరాజు రాజమండ్రిలో ది. 18-1-1960 న జన్మించారు. వీరి తండ్రి శ్రీ సూర్యారావు గారు శ్రీ నూకరాజు బి ఎ. పట్టభద్రులు. వారు చిత్ర లేఖనం శ్రీ మరుంగంటి సీతారామాచార్యులు గారి వద్ద అభ్యసించారు దామెర్ల రామారావు ఆర్టు స్కూలు నుండి పెయింటింగ్ లో డిప్లమో సంపాదించారు అంతేగాక ప్రభుత్వ డ్రాయింగ్ హైయ్యరు ఉత్తీర్ణులు అయినారు. టి.టి.సి పొందిన అనంతరం రంగంపేట, జిల్లా పరిషత్ హైస్కూలులో డ్రాయింగ్ టీచరుగా ఉద్యోగంలో చేరినారు. శ్రీరాజు గారు అనేక వర్ణచిత్రములను వేసి రాష్టంలో జరిగిన వివిధ చిత్ర కళ పోటీలకు పంపి, బహుమతులను కూడా పొందినారు తొలుత వీరికి మన నవరంగ్ 15వ ప్రాంతీయ ప్రౌఢ చిత్రకళా ప్రదర్శనలో ప్రధమ శ్రేణి పురస్కారం లభించగా. అమలా పురంలోని కోనసీమ చిత్రకళా పరిషత్ వారు నిర్వహించిన 1996 రాష్టస్థాయి చిత్రకళా ప్రదర్శనలో "శ్రీభగీరధి అవార్డు" లభించినది. భీమవరం అంకాలా ఆరు అకాడమీ వారు నిర్వహించిన 1995-1996 వార్షిక చిత్రకళ ప్రదర్శనలో "తృతీయ బహుమతి" సర్టిఫికెట్ లభించినది విశాఖపట్నం లలితకళా పరిషత్తు వారి పోటీలోను. తదితర చిత్రకళ ప్రదర్శనలోను పాల్గొని అనేక నగదు పురస్కారములు, ప్రత్యేక బహుమతులు లభించినవి శ్రీరాజు. తన ప్రతిభ వలన రాజమండ్రి చిత్రకళా నికేతన్‌కి ఎగ్జిక్యూటివ్ మెంబరుగా ఎన్నికైనారు ఇంకను కోనసీమ చిత్రకళా పరిషత్‌లోను, నవరంగ్ లోను సాధారణ సభ్యత్వం పొందారు వీరు ఇంకా అనేక చక్కని చిత్రాలు తయారుచేసి వివిధ చిత్రకళా పోటీలకు పంపాలని ప్రయత్నిస్తున్నారు. చిరునామా :-

శ్రీ. కె.నూకరాజు,
డ్రాయింగు టీచరు,
రామచంద్రరావు పేట, 2 వ వీధి,
ఇంటి నెం 19-4-24.
రాజమండ్రి, పిన్ - 533105,
తూర్పు గోదావరి జిల్లా.

Land Scape
Sri K. Nooka Raju, Rajahmundry

ప్రముఖ చిత్రకారుడు, శిల్పి

శ్రీ పి. భాస్కర్, భీమవరం

Sri P. Bhaskar (Patnala Satya Basava Chary) born in 1955 at Rajahmundry His parents are Smt Manikyamma and Sri Satyanarayana He learnt the (Art) Drawing and Painting from Sri Grandhi Appa Rao, Rajahmundry, Sri Challa Kotiveeraiah, Bhimavaram and sculpture from Sri Pilleda Ramanujanaya charyulu, A P Endoment Dept, and Art History from Sri Eeduru Rama Chandra Rao (Bhimavaram) He got "M A" degree in General Education and Govt Drawing, Painting and Modeling Certificates from Madras Govt. Examinations He married another Artist Smt P. Radha Rani of Rajahmundry

Sri P Bhaskar has done several paintings in realistic style in oils and water colours He sent his paintings to many Art competitions and Exhibitions in Andhra Pradesh He got several prizes and awards for his paintings At first he got best award from Navarang Chitrakala Niketan, Gold Medal in 1975 for his painting From that time he got Best Award from Ankala Art Academy, Bhimavaram (1977) and from Chitrakala Samsad, Machilipatnam (1979). He got Awards from NCN, Vellatur 1976, 1977 and 1981. He is also got Best Awards from Ankala Art Academy, Bhimavaram (1977) and from Lalit Kala Kendram, Bapatla He is also received Awards from Lalit Kala Parishad at Vizag in 1977 and 1978 etc

He participated in the Artists camps of A P Lalit Kala Academi, Hyderabad (1978) Konaseema spot portrait painting, Amalapuram 1992, Arakuvali South Central Cultural Zonal Artists Camp in 1996 and Amaravathi Artist camp of NCN in 1996, His paintings were sold to Chitrakala (Bander) Samsad, Machilapatnam and Kala Art Academy, Bhimavaram and LKA, Hyderabad, A P He specialised in portrait painting and Interior Decoration He is working as an Art Teacher in the Z P High School Dirusu marru-po, West Godavari Dist He had been honoured at Bhimavaram in 1992, K C P Amalapuram in 1994, etc

శ్రీ పి భాస్కర్‌గారు ప్రఖ్యాతి పొందిన చిత్రకారుడు (ఇతని అసలు పేరు పట్నాలసత్యబసవా చార్యులు) 1955లో రాజమండ్రిలోని సుప్రసిద్ధ విశ్వకర్మ వంశీయులైన పట్నాల శ్రీ సత్యనారాయణ చార్యులు,శ్రీమతి మాణిక్యమ్మ గార్ల కు వంశోద్ధారకుడుగా జన్మించారు

శ్రీ భాస్కర్‌గారు సాధారణ విద్యలో M A పట్టభద్రులు, వీరు చిత్రలేఖనము రాజమండ్రిలోని ప్రసిద్ధ చిత్రకారులు శ్రీ గ్రంధి అప్పారావు గారి వద్దను, బీమవరంలో శ్రీ చల్లా కోటి వీరయ్యా గారి వద్దను, శిల్పం శ్రీ పిల్లేడ రామాంజనేయాచార్యులు గారి వద్దను చిత్రకళా చరిత్రను మెళుకువలను బీమవరంలోని లెక్చరర్, చిత్రకారులు శ్రీ ఈడూరు రామచంద్రరావు గారి వద్ద అభ్యసించారు వీరు అనేక వర్ణచిత్రాలను వేసి వివిధ చిత్రకళా పోటిలకి పంపి, బహుమతులను పొందినారు వీరి చిత్రానికి తొలు దొలుతగా మన నవరంగ్ యువ చిత్రకళా ప్రదర్శనలో 1975 లో బెస్టు అవార్డుగా స్వర్ణపతకం లభించినది అక్కడనుండి 1977 లో అంకాల ఆర్టు ఎకాడమీ వారి కళా ప్రదర్శనలోను, అదే సం సిద్ధిపేట లలితకళా సమితి వారి కళ ప్రదర్శనలోను పొందగా, 1978లో బాపట్ల లలిత కళాపరిషత్ ప్రదర్శనలోను, 1980 లో చిత్రకళ సంసద్ మచిలీ పట్నంలోను ఎన్నెన్నో బహుమతులు లభించినవి అప్పటికి వీరు పశ్చిమగోదావరి జిల్లా పరిషత్ ఉన్నత పాఠశాలలో పని చేస్తు విద్యార్థులను చిత్రకళలో తీర్చి దిద్దినారు శ్రీ పట్నాల భాస్కర్‌గారు తమ అర్ధాంగి, సహధర్మచారిణిగా రాజమండ్రిక చెందిన ప్రముఖ చిత్రకారిణి శ్రీమతి వీర్ని రాదారాణిగార్ని పరిణయమాడినారు శ్రీమతి రాధారాణిగారు మన అఖిల భారత బాలల చిత్రకళ పోటిలో స్వర్ణపతకం పొందినారు ఈమె కూడా కళాకారిణి అయినందువలన భర్తగారి చిత్రకళాభివృద్ధికి పలు విదములుగా తోడ్పడుచున్నారు శ్రీ బాస్కర్‌గారు 1978 హైదరాబాద్‌లో ఆంధ్రప్రదేశ్ లలిత కళా అకాడమీ నిర్వహించిన ఆర్టిస్టుల క్యాంపు లోను, 1992 లో ఆమలాపురంలో

కోనసీమ చిత్రకళా పరిషత్‌వారి పోర్‌ట్రైట్ చిత్రకళా శిబిరం లోను పాల్గొన్నారు 1996 జూలై నెలలో మన నవరంగ్ తరుపున అమరావతిలో నిర్వహించి ఆర్టిస్టుల క్యాంపులో సతీసమేతంగా పాల్గొన్నారు అదే సంవత్సరం సౌత్ సెంట్రల్ కల్చరల్ జోను వారు "అరకు వ్యాలి"లో నిర్వహించిన కళా శిబిరం లోను పాల్గొని చక్కని చిత్రాలు వేశారు వీరు 1992 లో జిల్లాస్థాయిలో ఉత్తమ చిత్రకళోపాధ్యాయుడుగా సన్మానం పొందారు అంతేగాక అనేక కళా సాంస్కృతిక సంస్థలు వారు సన్మానించాము వీరు అనేక సంస్థలలో గౌరవ పదవులను అలంకరించారు భీమవరం అంకాల ఆర్టు అకాడమీకి జాయింట్ సెక్రటరీగాను, రామరాజ భూషణ సాహిత్య పరిషత్ సంయుక్త కార్యదర్శిగాను, అల్లూరు నాటకళా పరిషత్‌కి జాయింట్ సెక్రటరీగాను, జిల్లా విశ్వబ్రాహ్మణ సంఘం కార్యదర్శిగాను ఎనలేని సేవలు చేశారు

కొందరు మన సభ్యుల చిత్రాలు

Still Life
by Sri Kondiparthi, Seshagiri Rao, Hillcolony. (N.S.P)

"Tilakan"
Sri P.Bhaskar,
Bhimavaram.

Alankarana
by Sri K.Damodara Chary, Srikalahasti

ఉత్తమ చిత్రకారిణి

శ్రీమతి.వీర్ని (పట్నాల) రాధారాణి, భీమవరం

Smt V. Radha Rani. Rajahmundry on 23- 11-1956 in a Viswa Brahmin family Her father is Sri Veerni Laxmana Murthy She studied and passed S.S C. Smt Radha Rani secured a Diploma in fine Arts from Damerla Rama Rao Art gallery and school Rajahmundry. She also passed Drawing Technical Higher Examinations and T T C Then she get advanced painting course by the financial assistance of A P Lalit Kala Academi, Hyderabad under the guidence of Sri M Rajaji Then she married an Artist Sri P Bhaskar and settled in family life in Bhimavaram

Smt. Radha Rani done so many paintings and sent them to some Art Exhibitions also She got Best Award in our (NCN) All India Child Art Exhibition in 1974 and she got Best Award in our All India Youth Art Exhibition 1977 (Gold Medal) After words she got nearly 40 Awards in various Art Exhibitions for her paintings But she did not go to any job and now helping for the development of her husband in the field of Art She acted as judge for some Rangoli painting competitions and ladies Artcrafts contests She has been honoured in the Konaseema Chitrakala Parishad on 12-1-1994 in Amalapuram She participated in our Amaravathi Artists camp in 1996 and Arakuvalley Artists camp along with her husband and done good paintings also. Her present address - Smt P Radha Rani, W/o. Sri P. Bhaskar, Artist, Motupallevari Street, Bhimavaram-1, W G Dist A.P

శ్రీమతి రాధరాణి 16సం వయస్సులోనే చిత్రకళలో మంచి నైపుణ్యం పొంది మన నవరంగ్ వెల్లటూరు అఖిల బారత బాలల చిత్రకళపోటిలో 1974 లోనే బెస్టు అవార్డు "గోల్డుమెడల్" ను అందు కొన్నారు ఈమె రాజమండ్రి లో 23- 11-1956 న ఒక విశ్వబ్రహ్మణ కుటుంబంలో జన్మించారు తండ్రి శ్రీ వీర్ని లక్ష్మణ మూర్తి గారు వీరికి S S C పూర్తి కాగానే చిత్రకళలో శిక్షణ ఇప్పించారు శ్రీమతి పట్నాల రాధారాణి గారు రాజమండ్రిలోని దామెర్ల రామారావు ఆర్టుగ్యాలరీ మరియు స్కూలులో 5 సం లు చిత్రకళను అభ్యసించి డిప్లమో పొందినారు అదే సమయంలో వీరు ప్రబుత్వ సాంకేతిక డ్రాయింగు పరీక్షల్లో హైయ్యరు గ్రేడును, టిటిసిని కూడా పూర్తి చేశారు అనంతరం చిసా రాధారాణిగార్కి యువ చిత్రకారుడు శ్రీపట్నాల భాస్కర్‌గారితో వివాహం జరిగినది

అనంతరం ఇరువురూ వీరు భీమవరంలో ఉంటూ ఏ ఉద్యోగానికి ప్రయత్నించక ఈమె భర్తగార్కి చిత్రకళాబివృద్ధికితోడ్పుడుచున్నారు. రాధారాణిగారు అనేగ వర్ణ చిత్రాలను వేశారు మన అఖిల బారత యువజన చిత్రకళ పోటిలలో 1977లో తన చిత్రానికి స్వర్ణపతకం పొందారు అంతెగాక రాష్ట్రంలోని వివిద చిత్రకళా ప్రదర్శనలో దాదాపు 40 బహుమతులను సాధించారు 1996 లో ఈమె కూడా బర్త శ్రీ భాస్కర్‌గారితో బాటుగా మన (NCN) అమరావతి ఆర్టిస్టుల క్యాంపులోను, అరకులోయ లోని ప్రభుత్వ ఆర్టిస్టుల క్యాంపులోను పాల్గొని చక్కని చిత్రాలు వేశారు 1994 లో ఉత్తమ చిత్రకారిణగా అమలాపురంలో కళాపరిషత్ సత్కారం పొందినారు వీరు స్త్రీల ముగ్గుల పోటీలకి, హస్తకళలకి జడ్జిగా కూడా వ్యవహరించారు క్రొత్త చిత్రాలు వేసి వివిధ చిత్రకళ పోటిలకి పంపాలని అభిలషిస్తున్నారు

"Gossip"

Smt. P. RadhaRani, Bhimavaram.

ఔత్సాహిక చిత్రకారుడు
శ్రీ కే. లోకనాథం, తిరుపతి

Sri K Lokanadham born on Ist June 1948 in Chittoor Dist in Hindu Karanam family His father Sri A Venkataraya Pillai He passed S S L C , and Intermediate in painting course and T T C also, He passed Drawing group Examinations also

Then he got posting as an Art Teacher in the T T D Municipal High School, Tirupathi He has drawn many paintings and sent them to local Art Exhibitions and he got prizes in the District Sceine fair, and Vellatui Art Exhibitions He got good ambition on this Art, and developed his painting Talents

Address Sri K Lokanadham
Drawing Teacher,
Sri Tiru Venkateswara Nagar
Thirupathi - 517 501, A P

శ్రీ కే. లోకనాథం గారు 1 6.1948 న తిరుపతిలో ఒక హైందవ కరణాల కుటుంబంలో జన్మించారు వీరి తండ్రి శ్రీ ఏ. వెంకటరాయ పిళ్ళైగారు వీరు ఎస్ ఎస్ ఎల్ సి ప్యాసైన అనంతరం ఇంటర్‌మీడియేట్ కోర్సు వరకు చదివించినారు అనంతరం వీరు డ్రాయింగు గ్రూపు పరీక్షలు హైయ్యరు గ్రేడుతో ఉత్తీర్ణులు అయినారు అనంతరం తిరుపతి మున్సిపల్ TTD హైస్కూలులో డ్రాయింగు టీచరుగా ఉద్యోగంలో చేరినారు తమ తీరిక సమయంలో ఇప్పటికి వర్ణచిత్రాలు వేస్తుంటారు పోటిలకి ఎక్కువగా పంపరు కాని మన నవరంగ్ చిత్రకళ పోటీల లోను, చిత్తూరు జిల్లా విద్యా వైజ్ఞానిక కళా ప్రదర్శనలోను వీరికి బహుమతులు లభించినాయి

శ్రీలోకవాదంగార్కి మన నవరంగ్ చిత్రకళా ప్రదర్శనలో ప్రోత్సాహం లభించింది మంచి చిత్రాలు వెయాలని అనుకొంటు న్నారు తమ విద్యార్థులకి కూడా మంచి బొమ్మలు నేర్పుతూ వుంటారు వీరు ప్రస్తుతం టి.టి డి మున్సిపల్ హైస్కూలు, తిరుపతి (517 501) చిత్తూరు జిల్లాలో ఉద్యోగం చేస్తున్నారు వీరు అనేక రూప చిత్రాలను దేశనాయకుల చిత్రాలను కూడా వేశారు

అడ్రస్
శ్రీ కే. లోకనాథం,
డ్రాయింగు టీచరు,
Dr No 19-4-9A,
శ్రీ తిరు వేంకటేశ్వరా నగర్
తిరుపతి - 517 501

Landseaple
by Sri K Lokanadham,Tirupathi,

వర్ధిష్ణు చిత్రకారుడు
శ్రీ కంచర్ల వెంకటేశ్వరరావు, భీమవరం

Sri K Venkateswara Rao is an young Artist who was born on 27th June 1959 in Bhimavaram M V Rao studied upto M Com He got much interested on the Art from his early life and he studied Art under the coaching of Sri Challa Koti Veeraiah He passed Govt Technical Higher Grade Examinations in Free hand Drawing, painting and Design, He has done so many paintings He participated in a few state level Art Exhibitions since 1980

He worked for some time as a story illustrator for Chathura" and "Vipula" magazines and developed his creative painting Afterwords he got a job as a clerk in the State Bank of India and settled in life Now he is wanting to take active participation in Art Exhibitions His present address is Sri K Venkateswara Rao, D No 18-6-4, Motupalli vari street, Bhimavaram - 534 201 West Godavari Dist A P

యువ చిత్రకారుడు శ్రీ కంచెర్ల వెంకటేశ్వరరావు గారు 27 6 1959 న పశ్చిమ గోదావరి జిల్లా బీమవరంలో జన్మించారు శ్రీ K రామారావుగారు వీరి తండ్రి. వీరిని యం కామ్ వరకు చదివించి పట్టబద్రుణ్ని చేశారు

శ్రీ వెంకటేశ్వరరావు గార్కి బాల్యం నుండి చిత్రకళపైన ఆసక్తి మెండుగా వుండేది వీరు బీమవరం లోని చిత్రకళోపాధ్యాయులు శ్రీ చల్లా కోటి వీరయ్యగారి వద్ద చిత్రలేఖనంలో శిక్షణ పొందినారు వీరు ప్రభుత్వ డ్రాయింగు పెయింటింగ్, డిజైను హైయ్యర్ గ్రేడు పరీక్షలు ఉత్తీర్ణులు అయినారు అనంతరం తను కొన్ని చిత్రాలను వేశారు వీరు కొంతకాలం స్వయం కృషితో కొన్ని ప్రదర్శనలకి బొమ్మలు పంపి ప్రసంశలు అందు కొన్నారు కొన్నాళ్ళు వీరు "విపుల" మరియు 'చతుర" కధల మాస పత్రికలకి ఇలస్ట్రేటర్‌గా పని చెసినారు ఇంతలో స్టేట్ బ్యాంక్ ఆఫ్ ఇండియాలో క్లర్క్‌గా పోస్టింగ్ వచ్చినది భీమవరం బ్యాంకులో ప్రస్తుతం పనిచేస్తున్నారు ఇప్పుడు వారికి చిత్రకళలో అబివృద్ధి రావాలని, ఎక్కడ కళాప్రదర్శనలు, ప్రసంగాలు జరుగుతున్నా అక్కడికివెళ్ళి పరిశీలించుచుంటారు వీరు 1997 లో న్యూడిల్లిలో జరిగిన లలిత కళా అకాడమీ వారి "కళామేళా" లో మన నవరంగ్ సభ్యులుగా పాల్గొన్నారు ఇంకా క్రొత్త చిత్రాలు వేసి ఒన్‌మాన్ షోలు ఏర్పాటు చేయాలని అభిలషిస్తున్నారు చిత్రకళా పోటిలలో పాల్గొనాలని వీరికి అభిరుచి కలదు

Builders of our roads
by Sri T. Venkata Rao, Vijayawada

కళారత్న ఆధునిక చిత్రకారుడు
డాక్టర్ · యం. రామచంద్రరావు, ఒంగోలు

Dr M Rama Chandra Rao a self taught artist, was born on 14 2 1954 in Prakasam District His father Sri Raghavendra Rao sent him to Medicine Degree, He passed M B B S and got job in the Govt Hospital, Ongole But he is interested in the Art of Drawing and painting from his child hood as hobby

He developed his hobby of painting, with self inspiration when he is studying the Medicine Course After he settled as Doctor, he started oil painting also with his own ideas in the modern style and sent them to some Art Exhibitions also He has got encouragement from the Govt Art Exhibition also He got several prizes for his paintings from 1969 from his college days upto 1973 He participated in All India Painting Camp in 1992 at Pondichery He participated in All India Painting camp in 1996, at Hyderabad also. He is also participated in the exhibition at Nasik and Lakshadweep in 1993, through Govt of Andhra Pradesh

Dr Rao is awarded the title of "Kala Ratna" by the Health Minister Sri K Rosaiah in 1992 on eve of 22nd District Formation day of Prakasam Dist He presented a painting to the prime minister Sri Rajiv Gandhi "Light of India" (i.e) (Portrait of Indira Gandhi) and won good appreciation

He likes modern art very much and worked in abstract style with oil colours in patch work Dr Rao conducted his one man Art shows 6 times in Hyderabad and other centres where he got good encouragement through sales of his paintings

His present address is - Dr M Rama Chandra Rao, M B B S , Kothapeta, Ongole, Prakasham Dist Pin 523 002

డాక్టర్, ఆర్టిస్ట్ మాచిరాజ రామచంద్రరావు గారు 14 2 1954 లో ప్రకాశం జిల్లా ఒంగోలులో జన్మించారు వీరితండ్రి శ్రీ యం రాఘవరావు గారు వీరిచేత కాకినాడ లోని రంగారాయ మెడికల్ కాలేజిలో యం బి బి యస్ · డిగ్రీ చేయించినారు డా రావు గార్కి చిన్నతనం నుండి చిత్రకళపైన అభిమానం వున్నాగాని వారికి ఉన్నత చదువువలన ప్రత్యేకంగా చిత్రకళ నేర్చుకోటానికి అవకాశం కలగలేదు అయినా ఆయన స్వయం కృషితోనే విద్యార్థి దశలో వుండగానే అనేక చిత్రాలు వేశారు వీరి చిత్రాలకి 1969లో అంతర వైద్య విద్యా కళాశాలల సాంస్కృతి కోత్సవంలో (కాకినాడలో) ప్రథమ బహుమతి లభించినది 1973లో రాజమండ్రిలోని దామెర్ల రామారావు స్మారక ఆర్టుగ్యాలరీలో నిర్వహించ బడిన 7వ అఖిల భారత చిత్రకళా ప్రదర్శనలో ద్వితీయ బహుమతి లభించినది అదే సంవత్సరము కాకినాడలో జరిగిన , సాంస్కృతిక ఉత్సంవంలో ఆధునిక కళాశైలి చిత్రాలలో "కల్కి" ఉత్తమ చిత్రంగా ఎన్నికైనది 1974లో J N T U కాలేజీ' అఫ్ ఇంజనీరింగ్ వారు నిర్వహించిన చిత్రకళా ప్రదర్శనలో Ist ప్రైజు లభించినది

1988లో అప్పటి హెల్త్ మినిష్టరు శ్రీ డి వెంకటేశ్వరరావు గార్కి ఒక పోర్ట్రైట్ చిత్రాన్ని బహూకరించి, ఆశీస్సులు పొందారు 1990 లో అప్పటి భారత ప్రధాని శ్రీ రాజీవ్ గాంధీ గార్కి వారి తల్లి ఇందిరా గాంధి గారి రూపచిత్రం 'లైట్ ఆఫ్ ఇండియా" బహూకరించి అభినందనలు పొందినారు తర్వాత 1991లో అప్పటి ముఖ్యమంత్రి శ్రీ యస్ జనార్ధనరెడ్డి గార్కి ఒక పోర్ట్రైట్ చిత్రాన్ని బహూకరించారు 1992లో ప్రకాశం జిల్లాలో జరిగిన 22వ జిల్లా అవతరణ దినోత్సవం సందర్భంలో అప్పటి వైద్యశాఖ మాత్యులు శ్రీ కొంజేటి రోశయ్య గారిచేత 'కళారత్న" అనే బిరుదును కూడా పొందినారు అనంతరం ప్రభుత్వం వారి ప్రోత్సాహంతో జాతీయ స్థాయిలో పాండిచేరిలో జరిగిన దక్షిణ మధ్య సాంస్కృతిక కేంద్రం వారు నిర్వహించిన చిత్రకళా శిబిరంలో పాల్గొన్నారు.

అలానే 1993లో లక్షదీవులలో నిర్వహించిబడిన ఆదునిక సాహిత్య చర్చలలో పాల్గొనిరి. అక్కడ సమాకాలీన కళా సాహిత్యా పోకడల పైన ఒక పత్రాన్ని సమర్పించినారు వీరు ఎన్నో అధునాతనమైన వర్ణచిత్రాలను వేసి ఇప్పటికి ఆరు స్వీయ చిత్రకళా ప్రదర్శనలను హైదరాబాద్ వంటి మహానగరాల్లో ఏర్పాటు చేసి వేలాది రూపాయలుకి తమ పెయింటింగ్సును విక్రయించి ఆర్థిక ప్రోత్సాహాన్ని పొందారు ఆధునిక చిత్రకళలో మంచి పేరుగల చిత్రకారుడు డా॥ రావు గారు నిరంతర కళాకారుడు

ఔత్సాహిక చిత్రకారుడు
శ్రీవేగిరెడ్డి చంద్రశేఖరరెడ్డి,
ఇంకొల్లు, ప్రకాశంజిల్లా

Sri Ch Chandra Sekhara Reddy is working as Drawing Teacher in Z P High School, Inkollu Prakasnam District Even though he passed B A. B Ed Degree also, Sri Reddy is an amateur Artist and writer also He had drawn some paintings and he teaches painting to his students also He sent his students paintings to our NCN Silver Jubilee Art Exhibition in 1995 which got some prizes also. He himself has done some fabric designs screen printing decorations also He has done a painting titleda "Grama Bhanodayam" which was Published in Eenadu Prakasam District Edition with appropriate words describing the relationship between the teacher and students He wrote some poems also on this accation His present address - Sri Ch Chandra Sekhara Reddy, M A. Art Teacher, Z P High School Inkollu - Po, Prakasam Dist (A P) Presently he is promoted as Headmaster in the local high school!

శ్రీ వేగిరెడ్డి చంద్రశేఖర రెడ్డిగారు డ్రాయింగు టీచరుగా ప్రకాశం జిల్లా ఇంకొల్లులో పనిచేశారు ఆయన ఔత్సాహిక చిత్రకారుడు ఆయన యం ఎ పట్టభద్రులు తెలుగులో చక్కని బావ కవిత్వం పద్యాలు వ్రాసారు అలాగే స్వయంకృషితో మంచి చిత్రాలు వేస్తారు విద్యార్థులకి తగిన భావలన్ని ఇచ్చి పెయింటింగ్స్ వేయించుతారు వారి చిత్రాలు మన నవరంగ్ చిత్రకళా ప్రదర్శన రజతోత్సవములకి పంపారు కొన్ని బహుమతులును గడించారు శ్రీ రెడ్డిగారు ఫ్యాబ్రిక్ పెయింటింగ్సులో మంచి నేర్పరి డిజైనులు కూడా వేస్తారు 1995 సెప్టెంబరులో జరిగిన ఉపాధ్యాయ దినోత్సవ సందర్భంలో అయిన ఒక సందేశాత్మక త్రివరణ చిత్రాన్ని వేశారు

బారతీయ సంస్కృతిలో ఉపాధ్యాయునికి, విద్యార్థులకి గల అనుబంధాలను, సంబందాలను చక్కగా చిత్రించారు దానిని వివరిస్తూ చక్కని పద్యాలు కూడా రచించారు

వీరి ప్రతిభను గురించి ప్రకాశం జిల్లా "ఈనాడు" పేపరులో 15 9 1995 న ప్రచురించినారు వీరు అనేక గ్రందాలను కూడా రచించినారు తర్వాత సాహితీ అభిమానుల ప్రసంశలను కూడా అందుకొన్నారు రెడ్డిగారు మంచి భావకుడు తాత్వికుడు. వారి కుంచె నుండి మరికొన్ని బావ పూర్వకమైన చిత్రాలు,రచనలు వెలువడగలవని ఆశించుదాము ఇటీవల ఈయన H M గా ప్రమోషన్ పొందారు

Vellatur Radhosthwam
by Late sri V. Satya Sai
Ex. Art master, Mopidevi, Krishna D.t.

Sri Goka Nageswara Rao S/o Sri Goka Chandraiah born on 13-6-1965 in Narsampeta, Warrangal Dt He passed S S C Exams in 1981 His First Guru is Sri Goka Rama Swamy He passed Maharastra "Drawing" Intermediate Exams in 1984 and T T C in 1986 He also passed Fine Art Diploma in Commercial Art from JNTU, Hyd, '86 Then he joined as Art teacher in Jawahar Navodaya Vidya-laya, Sirpur Kagaz Nagar

He participated in Hyderabad Art Society's Exhibition and group shows in 1988-89, and he got 1st place in the AP Inter University's NSS, Youth Art Festival in 1986 He felicitated by "Shiva Bhaktha Mandali," Hyderabad, and he is running Adarsha Vani Art Study Circle in Adarsha Unnatha Pathasala, He done many soap carving sculptures nicely which were Telecosted in Doordarshan T V "Sakshi" Program He is giving good coaching to the children in Drawing and Painting and sending their works to several Child Art Exhibitions Thus he encouraging them His present address is

Sri G Nageswara Rao,
H No- 7/10
Narasampeta,
Warangal Dist AP
Pin - 506 132, AP.

నర్సంపేట చిత్రకారుడు
శ్రీ గోకా నాగేశ్వరరావు, వరంగల్ జిల్లా

శ్రీ గోకా నాగేశ్వరరావు ది 13-6-1965 న వరంగల్ జిల్లాలోని నర్సంపేట గ్రామంలో జన్మించారు వీరి తండ్రి శ్రీ గోకా చంద్రయ్య గారు ఈయన 1981లో స్కూలు ఫైనల్ SSC లో ఉత్తీర్ణులు అయినారు తర్వాత శ్రీ గోకా రామస్వామిగారి వద్ద శిక్షణ పొంది మహారాష్ట్రలోని Drawing ఇంటర్ పరిక్ష మరియు టిటిసి కూడా ఉత్తీర్ణులు అయినారు

అంతేగాక నాగేశ్వరరావుగారు హైదరాబాద్‌లోని జవహర్‌లాల్ టెక్నికల్ యూనివర్సిటీ, ఫైన్ ఆర్ట్సకాలేజీ, హైదరాబాద్ నుండి "అప్లైడ్ ఆర్ట్సు కోర్సు"లో డిప్లమో తీసికొన్నారు అనంతరము జవహర్ నవదోయ విద్యాలయం, సిరిపూర్ కాగజ్‌నగర్‌లో ఆర్టు టీచరుగా చేరి, అక్కడ బాలలకు చక్కగా చిత్ర లేఖనం నేర్పి వారి చిత్రాలు వివిధ చిత్ర పోటీలకి పంపి ప్రోత్సాహించుచున్నారు వీరు కూడా అనేక చిత్రకళ పోటీలకి తమ చిత్రాలనే గాక, 'సోప్ కార్వింగ్ శిల్పాలను" కూడా పంపుతూ వుంటారు 1986 లో ఈయన చిత్రాలకి ఆంధ్రప్రదేశ్ అంతర కళాశాల ఎన్ ఎస్ ఎస్ వారి "యూత్ పెస్టివల్" నందు ప్రదమ స్థానం లబించినది హైదరాబాద్ ఆర్టు సొసైటీ వారి కళా ప్రదర్శనంలో ఈయన వేసిన చిత్రాలు కూడా సెలక్టు అయినవి తర్వాత 1988-89 సం॥లో జరిగిన రెండు గ్రూప్ షోలలో పాల్గొన్నారు "ఆదర్శవాణి" అనే ఆర్టు స్టడీ సర్కిల్ ప్రారంభించి, బాలలకు ప్రత్యేక కళ శిక్షణ యిస్తున్నారు దూరదర్శన్‌లో 'సాక్షి' శీర్షిక లో వీరిని పరిచయం చేశారు వీరు వేసిన వివిద చిత్రాలను అందులో చూపించి, ప్రసంశించారు వీరిని హైదరాబాద్‌లోని సాంస్కృతిక "శివభక్తి మండలి' వారు, నర్సంపేటలోని ఆదర్శ విద్యాలయ సంస్థవారు వీరిని సత్కరించారు

చిరునామా
శ్రీ జి నాగేశ్వరరావు,
ఇ నెం. 7/10,
నర్సంపేట పోస్ట్,
వరంగల్ జిల్లా
పిన్ 506132

EarthQuake
by: Sri G. Nageswara Rao, S.K. Nagar

వర్ధిష్ణు చిత్రకారుడు
శ్రీ బి.యస్.వి. రమేష్, మచిలీపట్నం

Young Artist Sri B S V. Ramesh was born on 2nd August, 1962 in Machilipatnam.

Sri B Dharma Rao and Smt M Nageswaramma are his parents His first Art guruji is Sri M V Sesha Giri Rao, Masula He is working as Art teacher in Z.P High school, Chennur village from the last 12 years He is practising Art in water colours, oil colours and fabric paints also He participated in several Art exhibitions and won prizes from our Navarang Chitrakala Niketan, Vellatur, Guntur A P Chitra kala samsad, Machilipatnam, Chitra Kala Parishad Visakha patnam and Rajah mundry, Chitrakala Niketan He participated in our Artists camp 1996 at Amaravithi He is selected and undergone training for cultural resource at New Delhi He passed B A

శ్రీ బి యస్ వి రమేష్ ది 2 8 62 వ తేదీన మచిలీపట్నంలో శ్రీ బి ధర్మారావు, నాగేశ్వరమ్మ గార్లకు జన్మించెను వీరు బి ఎ పట్టభద్రులు అయినారు శ్రీ యం వి శేషగిరిరావుగారి వద్ద చిత్రలేఖనం నేర్చుకొని డ్రాయింగ్ పరీక్షలు ఉత్తీర్ణులైనారు అనంతరం 12 సంవత్సరముల నుండి చెన్నూరు జిల్లాపరిషత్ హైస్కూలులో డ్రాయింగ్ టీచరుగా పని చేస్తున్నారు ఖాళీ టైములో తను పెయింటింగ్సు వేస్తున్నారు స్కూలు విద్యార్థుల చేత కూడా వేయించి వివిధ పోటీలకు పంపుతూ వుంటారు రమేష్‌గార్కి మన నవరంగ్ యువజన చిత్రకళా పోటీలులోనే గాక, ఇతర చిత్రకళా సంస్థలలోనూ అనగా మచిలీపట్నం, విశాఖపట్నం రాజమండ్రి మరియు ఆంధ్రప్రదె లలిత్ కళా అకాడమి అనుబంధ చిత్రకళా ప్రదర్శనలలో బహూమతులు లభించినవి వీరు పనిచేస్తున్న స్కూలు విద్యార్థులకు రాష్టస్థాయిలోనే గాక అనేక జాతీయస్థాయి బహూమతులు కూడా లభించినవి ఈయన కొత్త డిల్లీలో "సెంటర్ పర్ కల్చరల్ రిసోర్సు" ట్రైనింగ్‌కి సెలక్టు అయినారు తద్వారా పాఠశాలలో జాతీయ సమైకతా భావాన్ని ఆటబొమ్మల ద్వారా నేర్పుచున్నారు

శ్రీ రమేష్ మన నవరంగ్ ఆర్టిస్టు క్యాంపు '96 అమరావతిలో పాల్గొని నాలుగు రోజులలో చక్క చిత్రం వేసియిచ్చినారు

'Address

Sri B.S V Ramesh, B A B Ed
Art Teacher, Z P H School,
CHENNUR - 521 266
Pedanandi, Krishna Dt

Working still of some Impartents art books
The free World art Library Vizianagaram

"At the well"
by Sri B.S.V Ramesh, Machilipatnam

Sri Gatta Rattaiah our member and well known photo Artist of Tenali was born on 11 03 1993 in Bapatla His father Late Sri Gatta Venkateswarlu was a famous glass and photo goods distributor in Andhra Pradesh Sri Rattaiah is a self taught photographer He learnt the Art under the guidance of Sri E Narasimha Rao, Bapatla He is an advanced Amateur Artistic Photographer He participated in several photo Art Exhibitions in the state and other states also He got Awards in IIPC monochrome in All India Saloons and International Acceptance, He had done his one-man photography show in Bapatla 1993 He also got Hyderabad Doordarshan's "Smile Please " contests I[st] prize in 1995 He published many of his colour and black and white prints to several periodicals in Andhra Pradesh with our culture and society He likes the painting very much He settled in business in Tenali

Address.-
Sri G Rattaiah, (Mamber)
Tenali Camera club,
Gandhi chowk
Tenali - 1, Guntur Dt A P

'Confident",
by Sri G Rattaiah →
Tenali

ఛాయ చిత్రకారుడు
శ్రీ. గట్టా రత్తయ్య, తెనాలి

శ్రీ గట్టా రత్తయ్యగారు మంచి ఫొటోగ్రాఫర్‌గా వివిద పత్రికలలో ప్రచురింపబడిన ఫోటోల ద్వారా గుర్తింపు పొందారు ఈయన 11 03 1993న బాపట్లలో జన్మించారు ప్రసిద్ధ గ్లాస్ మరియు ఫొటో గూడ్సు డిస్ట్రిబ్యూటర్ అయిన శ్రీ గట్టా వెంకటేశ్వర్లు గారు వీరి తండ్రి ఈయన బాపట్లలోనే S.S C వరకు చదువుకొన్నారు అక్కడ వున్న డ్రాయింగు టీచరు, ఫొటో గ్రాఫర్ అయిన శ్రీ ఏలేశ్వరపు నరసింహారావుగారి వద్ద చిత్రకళ, పెయింటింగ్, ఫొటోగ్రాపిని అభ్యసించారు

ఫొటోగ్రాపిలో శ్రీ గట్టా రత్తయ్య గారు అనేక ప్రయోగాలు చేశారు ఎన్నో సృజనాత్మకమైన ఛాయా చిత్రములను తీసి రాష్ట్రంలోని ఫొటో సెలూన్‌లకేగాక, ఇతర రాష్ట్రాలలోని పోటీలకు కూడా పంపారు 1995లో వీరి మోనో క్రోమ్ చాయాచిత్రాలు అఖిల భారత ఫొటోగ్రాఫీ కాంపెటీషన్‌లో ప్రథమ బహుమతిని 1995 లో హైదరాబాద్ దూరదర్శన్ వారు ఏర్పాటు చేసిన "Smile Please" పోటిలో కూడా ప్రధమ బహుమతిని పొందినారు తెనాలి కెమేరా క్లబ్ మెంబర్‌గా వీరు అనేక ఫొటోగ్రాఫిక్ ప్రదర్శనలను, ఫొటోగ్రాఫి పోటీలు నిర్వహించారు తద్వారా ఫొటోగ్రాఫి అర్టును అభివృద్ధి పరచటమే గాక ఫొటోగ్రాపిని కూడా ఒక కళగా గుర్తింపు తెచ్చారు శ్రీ గట్టా రత్తయ్య గారికి ఆంధ్ర చిత్ర కళపైన, శిల్పకళ పైన కూడ చక్కని అవగాహన ఉన్నది వారికి అనేక మంది చిత్రకారులు, శిల్పులు, మిత్రులుగా వున్నారు ఎక్కడ కళా ప్రదర్శన జరుగుతున్నను వెళ్ళి చూసి ఆనందించటం వారి కళా హృదయానికి నిదర్శనం

అడ్రస్ -
Sri Gatta Rattaiah,
C/o Tenali Camera Club,
Gandhi Chowk,
Tenali - 1, Guntur Dt A P

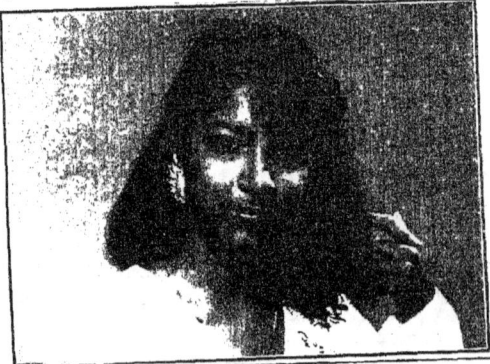

వివిధ కళారంగాలలో రాణిస్తున్న చిత్రకారుడు
శ్రీ టి. సింగయ్య, ప్రకాశం జిల్లా

Sri T Singaiah was born on 1st June 1964 in Ongole, Prakasham District He studied upto Degree but he is interested very much in the fine arts Even though his father Sri T Nagabhushanam encouraged his studies he could not complete the degree. He left his studies and came to Sri V Poornananda Sarma, Vellatur and learnt the Art of Drawing and painting for 2 years He passed Drawing Examinations higher grade and T T C. also Then he got a job as an Art Teacher in Siddartha Public School, Vijayawada He has specialised in portrait painting in oils He married Smt G Sridevi, who is also a good Artist Their son Ch Trinath is a born Artist He got several prizes at on the spot painting competitions since of 3 years old. Besides being an Artist Sri Singaiah plays Hormany, piono, and also Electronical Cassio well

ఔత్సాహిక చిత్రకారుడు శ్రీ తస్నీరు సింగయ్య ఒంగోలులో ది. 6.1964న జన్మించారు ఈతని తండ్రి శ్రీ టి నాగభూషణం ఒక సామాన్య వ్యవసాయదారుడు అయినను ఇతన్ని గ్రాడ్యుయేట్ చెయ్యాలని ఆశించారు కాని, శ్రీ సింగయ్య కాలేజీలో విద్యార్థిగా వుండగానే లలితకళల పట్ల మక్కువను పెంచుకొన్నారు ఇంటరు చదువు కొనే రోజుల్లోనే కొందరు మిత్రులతోను, పెయింటర్లతోను ఫొటోగ్రాఫర్లతోను, నాటక, వాద్య కళాకారులతోను పరిచయం ఏర్పడినది తాను చిత్రలేఖనం అభ్యసించాలని దృఢ విశ్వాసంతో డిగ్రీ చదువు ఆపుచేసి వెల్లటూరు వచ్చి శ్రీ వెల్లటూరు పూర్ణానందశర్మ గారి వద్ద 2 సంవత్సరాలు చిత్రలేఖనం అభ్యసించి ప్రభుత్వ డ్రాయింగ్ హైయ్యర్ పరీక్ష మరియు టిటిసి ఉత్తీర్ణులైనారు అనంతరం విజయవాడలోని ప్రసిద్ధ విద్యాసంస్థ సిద్ధార్థ పబ్లిక్ స్కూల్‌లో డ్రాయింగ్ టీచరుగా ఉద్యోగంలో చేరినారు ప్రత్యేకంగా శ్రీ సింగయ్య రూపవర్ణ చిత్రీకరణ ప్రాక్టీసు చేస్తూ విద్యార్థులకు చక్కగా చిత్రకళను నేర్పుచున్నారు శ్రీ సింగయ్య తన సహాధ్యాయిని, చిత్రకారిణి అయిన శ్రీమతి జి శ్రీదేవిని వివాహం చేసుకొన్నారు ఆమెకూడ డ్రాయింగు హైయ్యరు. టిటిసి ఉత్తీర్ణురాలైనారు విజయవాడలోనే సిద్దార్థావారి బ్రాంచి స్కూలులోనే ఆర్టు టీచరుగా పనిచేస్తున్నారు ఈ చిత్రకళా దంపతుల కలల పంటగా వెలసిన బాబు చి త్రినాధ్ తన 3వ ఏట నుండే అనేక బాలల స్పాట్ చిత్రకళ పెయింటింగు పోటీలో పాల్గొని చాలా ఉత్తమ బహుమతులను సాధిస్తున్నాడు శ్రీ సింగయ్యకి సంగీత వాద్య రంగాలలో కూడా ప్రవేశం. అనుభవం ఉన్నది హార్మోనియం అధునిక కంప్యూటర్ క్యాషియోపైన చక్కని సంగీతాన్ని వాయించి, కళాభిమానుల మన్ననలను, ప్రశంసలను అందుకొంటున్నారు వీరు మన సంస్థలోనేగాక, ఆంధ్ర ఎకాడమిలో సభ్యులుగా చేరి కీశే యం.ఎస్ మూర్తిగారి ప్రశంసలు కూడా అందుకున్నారు

Smt G Sri Davi, Artist, Vijayawada

"Sri vani"
Sri T Singhaiah, vijayawada

ఆదర్శ చిత్రకారిణి
శ్రీమతి. ఎస్. మల్లేశ్వరి, అచ్చంపేట

Smt N Malleswari a genious in art was born in Kishkindhapalem in Guntur District on 1-7-1963 Her parents are Smt N Swarajyam and Namburu Krishna Murthy She studied in Vellatur Z P High School and learnt the Art from Sri V Poornananda Sarma since her Elementay studies She got several prizes for her Child Art paintings from various places After completion of Secondary Education, she took special coaching in drawing and painting under my guidence She passed the Govt Technical Examinations in Drawing and Painting, She passed T T C also

Then she got a Drawing Teacher post in the Z P High School in Guntur Dist Atchampeta (Sattenapalli Taluka) in 1987 She has drawn several paintings and sent them to several Youth and Amateur Art competitions She got prizes from her 11th year of Age (i e) since 1975 upto date She won several prizes from our Navarang Chitra Kala Niketan, Vellatur as Child Artist and Young Artist also Every year she would get awards in any Rank, whether it may be a Ist prize or II nd or III prizes or merit certificate

She had get a Merit Award in 1977 from the Rotary club of Repalle, and Tirupathi in 1979, Kesava Kala Kendram, Bhimavaram Ist prize, Lalit Kala Samithi, Siddipeta (1982) IIIP Amateur Artists Asson Nalgonda 1985 Ist Prize, Spandana Chitrakala Samithi, Ponnur, IInd prize in 1990 and Ist prize in 1992 She got second prize in our NCN Art Exhibition for her Railway Station in 1993 and IInd prize in 1995 for "Adult Education" from our Silver Jubilee Art Exhibition at Guntur As an Art Teacher she has learnt her students well in Drawing and Painting and send them to several Child Art Exhibitions in A P, She got "Visista Acharya Puraskar" from Young Envoys International Hyderabad and honoured by the Intellectuals of Atchampeta

శ్రీమతి నంబూరు మల్లేశ్వరి బాల్యం నుండి చిత్రకారిణిగా పేరు తెచ్చుకొన్నది ఈమె 1-7-1963 లో పుణ్యదంపతులు శ్రీనంబూరు కృష్ణమూర్తి శ్రీమతి స్వరాజ్యం గార్లకు జన్మించారు వీరి స్వగ్రామం గుంటూరు జిల్లాలోని కిష్కిందపాలెం ఈమె చిన్నతనం నుండి వెల్లటూరులో చదువుకున్నది ప్రాథమిక స్థాయి విద్యార్థిగా వుండగానే ఆమె మన నవరంగ్ చిత్రకళా నికేతన్‌కు వచ్చి నావద్ద శ్రద్ధగా చిత్రలేఖనం నేర్చుకొన్నది ఈమెకు బాల చిత్రకళా పోటీలో అనేక జాతీయస్థాయి, మరియు రాష్ట్ర స్థాయి అవార్డులను గెలుచుకొన్నది అనంతరం వెల్లటూరు హైస్కూలులో ఎస్ ఎస్ సి పరీక్షలు ఉత్తీర్ణురాలు అయిన తరువాత వీరి తండ్రిగారు (శ్రీ వి పి శర్మగారి) నావద్దనే డ్రాయింగు పరీక్షలకు ప్రత్యేక శిక్షణ ఇప్పించారు అంతకు ముందు వాళ్ళ అన్నయ్య యన్ లక్ష్మణరావు నా వద్ద చిత్రలేఖనం నేర్చుకొని డ్రాయింగు పరీక్షలు ప్యాస్ అవటమేగాక హైదరాబాద్‌లోని ప్రభుత్వ కాలేజి ఆఫ్ ఆర్ట్సు మరియు ఆర్కిటెక్చరు లో ప్రవేశం పొంది డిప్లమో చేశారు. ఆ నిదర్శనం వలన చి మల్లేశ్వరి శ్రద్ధగా చిత్రాలు వేయటం నేర్చుకొన్నది ఆమె నా శిక్షణలో అనేక ఊహాచిత్రాలను వేసింది కనుకనే ఆమె చిత్రాలలో గురువుగారి Style కనపడుతుంది. ఆమె బాల్యంలోను, యువతలోను కూడా మన నవరంగ్ చిత్రకళాపోటీలో 1975 నుండి క్రమం తప్పకుండా ప్రతిఏటా I[st] ప్రైజునో, II ప్రైజునో, ఇతర ప్రైజులు తప్పకుండా గెలుచుకుంటూ ఉండేవారు. మన చిత్రకళా ప్రదర్శనలో కూడా 1983 నుండి వరుసగా ప్రతిఏటా ప్రైజులు పొందుతూ వుండేవారు 1985 లో TTC కి కూడా ఉత్తీర్ణత అయింది 1987లో డ్రాయింగు టీచరుగా గుంటూరు జిల్లా పరిషత్ హైస్కూలు అచ్చంపేట లో ఉద్యోగం భగవంతుని ఆశీర్వాదంతో లభించింది అనంతరం ఆమెకి శ్రీ మధుసూదనరావు గారితో వివాహం జరిగింది ఆయన తపాల శాఖలో ఉద్యోగం చేస్తున్నాగాని, ఈమె చిత్రకళను ఎంతగానో ప్రోత్సాహించారు ఫలితంగా శ్రీమతి మల్లేశ్వరికి 1990లో పొన్నూరులోని స్పందన చిత్రకళా సమితిలో "నాగుల చవితి" చిత్రానికి 2వ ప్రైజు 1992 లో 'బారసాల' చిత్రానికి Iవ బహుమతిని పొందగలిగినది 1995లో మన నవరంగ్ రజతోత్సవ చిత్రకళా ప్రదర్శనలో కూడా ఈమె వేసిన "వయోజన విద్య" చిత్రానికి 2వ ప్రైజు లభించటమేగాక అచ్చంపేటలోని ఈమె విద్యార్థిని వేసిన చిత్రానికి బెస్టు అవార్డు గెలుపొందటంలో ఈమె కృషి కనపడుచున్నది ఇంతేగాక ఈమెకు హైదరాబాద్‌లో యంగ్‌ఎన్‌వాయిస్ ఇంటర్నేషనల్ సంస్థ వారు సర్వేపల్లి రాధాకృష్ణన్ అవార్డు ఇచ్చినారు ఈమె విద్యార్థుల చేత వేయించిన చిత్రాలను తిలకించి ఈమెకి "విశిష్ట ఆచార్య పతకం" కూడా యిచ్చారు అప్పుడు అచ్చంపేటలోని విద్యార్థులు తల్లి దండ్రులు ఆమెకి ఘనసన్మానం చేశారు తాను 10 సం ఉద్యోగం విజయవంతంగా నిర్వహించిన సందర్భంలో తన గురువు గారైన నన్ను పిలిపించి వాళ్ళ స్కూలులో 5 8 1995 లో ఘనంగా సత్కరించినారు. కూడా తాను కూడా నా గురువుగారి వలనే

Radhamadhava - Rasaleela
by Smt N Malleswari

కామారెడ్డి కళాకారుడు
శ్రీ సి.హెచ్.శ్రీనివాస్

Sri Ch Srinivas is an Young and Amateur Artist born on 10th August 1966, in Kama Reddy, Nizamabad District His father Sri Ch Venkata Swamy is a Gold Artisian Mr Srinivas is a graduate of Arts. He also passed Diploma in fine arts He is a self taught Artist and he used the Art in making of gold jewellery. And now he is maintaining the Jewellery shop in Kama Reddy but he is still fond of painting and making good greeting cards to send his friends in his leisure time Address Sri Ch Srinivas B A, H No 2-4-72, Kasab street Kamareddy - 503 111, Nizamabad Dist, A P

శ్రీ సి హెచ్ శ్రీనివాస్, నిజామ్‌బాద్ జిల్లా కామారెడ్డిలో 10-8-1966 న ఒక స్వర్ణశిల్పుల కుటుంబంలో జన్మించారు వీరి తండ్రి శ్రీ వెంకటస్వామిగారు పేరు పొందిన స్వర్ణకారులు శ్రీనివాస్‌గారు B A ప్యాసైనారు దానితో బాటుగా చిత్రకళలో స్వయంకృషితో లలిత కళలో డిప్లమో చేశారు అయినా కులవృత్తిలో స్థిరపడినారు వీరు తన కళాభినివేశాన్ని స్వర్ణ అభరణములను. తయారు చేయ టంలో చూపించి మంచి విశేషమైన కళాకృతులను మలచుచున్నారు ఇప్పటికి చిత్రకళ మీద భ్రమ తీరక, తన తీరిక సమయంలో చక్కని షోకార్డులను గ్రీటింగ్స్‌ను తయారుచేసి మిత్రులకి పంపుమా వుంటారు

వీరి చిరునామా
శ్రీ సి హైచ్ శ్రీనివాస్,
నెం 2-4-72
కాసాబ్‌వీది కామారెడ్డి,
నిజామ్‌బాద్ జిల్లా
పిన్ 503 111

Lord Srinivasa
by: Sri A. Venkateswara Rao, Bhattiprolu

← by Sri A. Venkateswara Rao Bhatiprolu

Late. Ch Venkata Krishna Gidalluru →

To Dobhi Ghat

Sri P Rama Rao, Born on 25th October 1937 in Vinukonda, Guntur Dt AP He is graduated from Andhra University Waltair, AP He studied Art under the guidance of his father Late Sri Potluru Hanumantha Rao He has done his paintings mostly in water colours, and wash technic But he is employed in the state Bank of India at present Previously he served in Army for a period of 10 years in various places of north India He studied the Nature there and drawn some sketches from Rajastan, Assam and Nagaland Present address Sri P Rama Rao Asst Head cashier, State Bank of India, Vinukonda. Guntur Dt AP

వినుకొండ చిత్రకారులు
శ్రీ పొట్లూరు రామారావు

శ్రీ పొట్లూరు రామారావు గారు ది 25-10-1937వ తేదీన గుంటూరు జిల్లా వినుకొండలో జన్మించారు వీరి తండ్రి సుప్రసిద్ధ చిత్రకారులు కీ॥శే॥ పి హనుమంత రావుగారు వీరు బాల్యంనుండి తండ్రి గారి వద్దనే హాబీగా చిత్రలేఖనం అభ్యసించారు ఆంధ్ర యూనివర్సిటి నుండి పట్టభద్రుల అయినారు వీరికి మొదటి నుండి నీటిరంగులతో 'వాష్ టెక్నిక్'లో బొమ్మలువేయటం ఇష్టము శ్రీ పొట్లూరు రామారావుగారు ఉద్యోగ రీత్యా ఇండియన్ మిలటరీ సర్వీస్‌లో వివిధ ప్రాంతాల్లో 10సం॥లు సేవచేశారు ఆ కాలంలో వీరు రాజస్థాన్ అస్సాం నాగాలాండ్ మొదలైన ఉత్తరాది రాష్ట్రాలలోవుండి అక్కడి ప్రకృతి సౌందర్యాన్ని, అచటి ప్రజల జీవన విధానాన్ని అద్యయనం చేసి కొన్ని చిత్రాలను, స్కెచ్చస్‌ను వేసుకొని వచ్చియున్నారు ఈ చిత్రాలలో "వేకువ" దృశ్యం అద్భుతంగా వుంది

ప్రస్తుతం చిత్రకారులు శ్రీ రామారావుగారు వినుకొండలోని స్టేట్ బ్యాంక్ ఆఫ్ ఇండియాలో అసిస్టెంట్ హెడ్ క్యాషియర్‌గా వుద్యోగం చేసి ఇటీవల రిటైర్ అయిన తర్వాత రెగ్యులర్‌గా పెయింటింగ్ చెయ్యాలని ఉత్సాహ పడుతున్నారు తద్వార తండ్రి గారి ఖ్యాతిని. కీర్తిని నిలబెట్టుకోవాలను కోవటము ముదావహము.

Village Woman in Dawn
by Sri P. Rama Rao, Vinukonda

" Mota bavi"
by Late Potluri HanumanthaRao

యువ చిత్రకారుడు
శ్రీ యం.వి. మోహన్, వినుకొండ

Sri Maddikunta Venkata Mohan was born on January 4th, 1969 His father is Sri M Venkateswrlu. Mother Komali He learnt this Art from his father He is professionally settled as a photographer But he developed Drawing and painting to use in finishing the prints in water colours and oil colours

He is specialised in portarait painting and done good Paintings He never sent his paintings to any Art Exhibitions But he observes the technics of paintings to day!

యువ చిత్రకారుడు శ్రీ యం వెంకట మోహన్ వినుకొండ తాలూకా లోని 'మతుకుమల్లి " గ్రామంలో ది 4-1-1969న జన్మించారు శ్రీ వెంకటేశ్వర్లుగారు వీరి తండ్రి వారే ఇతనికి చిత్రకళను నెర్పారు శ్రీ మోహన్ వృత్తిరీత్యా స్టుడియో ఫోటోగ్రాఫర్‌గా వినుకొండలో సిరపడినారు పోర్ట్రైట్ పెయింటింగ్‌లో మెళుకవలు కొంత వరకు తెలును కొన్నారు కొన్ని ఊహాచిత్రాలు కూడా వేయాలని ఉత్సాహపడుతున్నారు వినుకొండ లోని మన నికేతన్ సభ్యులు శ్రీ పొట్లూరు రామారావుగారు ఇతనిని ప్రోత్సాహించి 1996 జులై నెలలో మన సంస్థ నిర్వహించిన అమరావతి క్యాంపులో పాల్గొని చక్కని తైల వర్ణచిత్రాల్ని వేసియిచ్చినారు శ్రీ మోహన్ తీరిక సమయంలో పెయింటింగ్ స్టడి చేస్తున్నారు గనుక ఈ రంగంలో మంచి భవిష్యత్ వుంది వీరి చిరునామా శ్రీ యం వి మోహన్, రాజా ఫుటో స్టుడియో, వినుకొండ గుంటూరు జిల్లా ఆంధ్రప్రదేశ్. పిన్: 522647

సికిందరాబాద్ యువ చిత్రకారుడు
శ్రీ చిరావూరి ఓంకారాచారి

Sri Ch. Omkara Chary was born in Guntur on 20 the April 1965, His father is Sri Ch. Viswarupa Chari is a Master Gold Smith in Guntur He is a graduated in Fine Arts from Mysore University He has done some spot paintings and sketches also He specialised in Applied Arts Now he is working in a private publicity Art Studio firm in Secunderabad He participated in our Amaravathi Artists camp in July 1996 He is also interested to participate in the Art Exhibitions His present He participated in our Amravathi Artist Camp in 1996 with the encouragement of Sri P Rama Rao, our member in Vinukonda. He has done his painting well in that camp His present address is

Sri M.V. Mohan, Raja studio,Virukonda - 522 647, Guntur Dt AP address is - Sri Ch Omkara Chary B F A., H No 8-1-325, Shivaji nagar, Rastrapathi Road, Secunderabad - 500 003, AP

శ్రీ చిరావూరు ఓంకారాచారి గుంటూరులో ది 20-4-1965లో జన్మించారు వీరి తండ్రి ప్రసిద్ధ స్వర్ణకారులు శ్రీ చిరావూరు విశ్వరూపాచార్యులుగారు. ఇతనికి బాల్యం నుండి చిత్రకళలో ఆసక్తి గలదు ఇతను సెకండరీ విద్య పూర్తి చేసిన అనంతరం వెల్లటూరు చిత్ర లేఖనం నేర్చుకొనే ఉద్దేశ్యంతో వచ్చినారు శ్రీ వి పి శర్మగారు "మైసూరులో కొత్తగా జయ చామరాజ్ వడయార్ లలిత కళాశాల స్థాపించారని, వారు స్టైఫండ్ కూడా యిస్తారని చెప్పి" వీరికి ప్రవేశపరిక్షలకి తర్ఫీదు ఇచ్చి మైసూరు పంపితే డిప్లమో కోర్సుకి సెలక్టు అయినారు అక్కడ 5 సం॥ వుండి BFA ఉత్తమ శ్రేణిలో సాధించారు ఇతనికి హిందీలో కూడా మంచి ప్రవేశం వుంది అందులో కూడా డిగ్రీలు చేశారు హైస్కూలులో చిత్రకళ విద్య నభ్యసించే కాలంలో ఈయన స్పాట్‌స్కెచ్చింగ్ బాగా చేశారు కొన్ని సృజనాత్మక చిత్రాలను కూడా వేసి వివిధ చిత్రకళా ప్రదర్శనలకి పంపి బహుమతులను పొందినారు 1996 జూలై నెలలో నవరంగ్ తరఫున అమరావతిలో నిర్వహించిన ఆర్టిస్టుల క్యాంపులో కూడా పొల్గొన్నారు ప్రస్తుతం సికింద్రాబాద్‌లోని ఒక ప్రైవేట్ యాడ్స్ కంపెనీలో డిజైనర్‌గా పనిచేస్తున్నారు "

శ్రీ బి. ఎస్. చౌహాన్
పానిపట్ చిత్రకారుడు

Shri. Bijendar Singh Chauhan, born on 2-2-1968ä was Son of Shri Budh Singh, New Delhi.

General Qualifications :
Higher Secondary

Technical Qualifications :
B F.A (Applied Arts) Degree from the College of Arts, New Delhi and M.F A. (Painting) from Jimaji University

His first Guruji : Shri Ashok Kumar **Employment :** Head, Dept of Commercial Art, S D College, Panipat

Awards Various Child Art Awards including Shankars' Painting competition and secured National Merit Scholarship from C B S E in 1985, Merit certificate in Nashabandi Poster Competition's.

Artist Camps · Participated in North India Artists Camp, Kurukshetra University 1994 and All India Artists' camp Taj Mahostsav '97.

Exhibitions .

1)Youth Art exhibition of Sahitya Kala Parishad 1988, Ninth Rashtriya Kalamela organised by LKA, New Delhi Phone 5550317

Group Shows : Bangalore 1993, and Tokyo group show, Japan, Mar'97

Judgement · He acted as judge for the Child Art Competition from 94 to 97, and Art Teacher's Art exhibition, Delhi in 1997

Resource person · Resource person in Fine Arts work shop, (HRD) in 1994, 2 inter, 2 oral youth Festivals by Kurukshetra University 1995, and Viswal aids work shop 1996, Delhi

Collections : Various private & Govt Offices in India and Some private collections in France and South Korea

Present Address and Studio :
Flat No 111, (I Floor)
Plot No 3, Sector - 14,
Sanskriti Apartment,
Rohini, New Delhi - 35.

శ్రీ బిజేందర్‌సింగ్ చౌహాన్ న్యూఢిల్లిలో ది 2 2 68న జన్మించారు శ్రీ బుద్ధసింగ్‌చౌహాన్ వీరి తండ్రి ఇతను హైయ్యర్ సెకండరీ పరీక్ష ఉత్తీర్ణులైనారు త్వరలో శ్రీ అశోక్ కుమార్‌గారి తొలి పర్యవేక్షణలో తొలి శిక్షణ పొంది, న్యూఢిల్లి లోని కాలేజి ఆఫ్ ఆర్ట్సలో బ్యాచిలర్ ఆఫ్ ఫైన్ ఆర్ట్సడిగ్రి పొందారు. అనంతరం జులాజీ యూనివర్సిటీ నుండి పెయింటింగ్‌లో ,మొదటి తరగతిలో యం.ఎ పట్టాని పొందారు

శ్రీ బియస్ చౌహాన్ గార్కి బాల్యం నుండి చిత్రకళలో ప్రవేశము గలదు, బాల్యంలో ఇతని చిత్రాలకి శంకర్‌స పెయింటింగ్ పోటీలలో సైతం బహుమతులు ఎన్నో పొందారు.

ఇతనికి C B S E వారి కల్చరల్ మెరిట్ స్కాలర్‌షిప్‌ను 1985లో లభి ంచినది ఇతనికి 1988 లో అఖిల భారత'నషాబంది'పోస్టల్ కాంపిటీషన్ చిత్రకళ శిబిరంలోను, 1997లో హర్యానా ఆర్టిస్టుల క్యాంపులోను పాల్గొని తన నైపుణ్యాన్ని చూపించారు ఇతను 1994 లో హ్యూమన్ రిసోర్ట్స్ అండ్ డెవలప్ మెంట్ (మానవ వనరుల శాఖ) వారి లలితకళల వర్క్‌షాపుకి 1994 రిసోర్స్ పర్సన్‌గా పనిచేసారు. ఇంకను ఢిల్లి పాలక వర్గం వారి దృశ్యకళల వర్క్‌షాపుకి 1996 లో రిసోర్స్ పర్సన్‌గా కూడా పనిచేసారు

ఈయన కొన్ని సంస్థల చిత్రకళ పోటీలకు జడ్జిగా కూడా వ్యవహరించారు 1994 నుండి 97 వరకు స్థానిక బాలల చిత్రకళ పోటీలకి, 1997 లో ఢిల్లీలోని విద్యాసంస్థల సమాఖ్యవారు నిర్వహిం చిన చిత్రలేఖనం పోటీలకు జడ్జిగా వ్యవహరించారు ఇతని చిత్రాలు హర్యానా సాహిత్య కళాపరిషత్ ప్రదర్శనలోను, బెంగుళూరు 1993 గ్రూపుషోలోను, 9వ మరియు 10వ రాష్ట్రీయ లలితకళా ఎకాడమీ కళమేళ యందును ప్రదర్శించబడినవి 1947 లో జపాన్ వారి టోక్యో లలిత కళల ప్రదర్శనలో కూడా ప్రదర్శించ బడినవి. వీరి చిత్రాలు అనేకం వివిధ ప్రభుత్వ కార్యాలయములు సేకరిం చాయి, ఇంకను విదేశాలలో ముఖ్యంగా ఫ్రాన్స్, దక్షిణ కొరియా దేశాలలో అనేక ప్రైవేటు కలక్షన్ లోను సేకరించబడటం ముదావహం

ప్రస్తుతం ఇతను పానిపట్ (హర్యానా) లోని ఎస్ డి కాలేజిలో కమర్షియల్ ఆర్టుకి హెడ్ ఆఫ్ ది డిపార్టమెంట్‌గా జాబ్ చేస్తున్నారు వీరి స్టూడియో అడ్రస్ శ్రీ బి ఎస్ చౌహాన్, ఆర్టిస్టు నెం 147 ఎ, స్ట్రీట్ నెం 75, ఉత్తమ్‌నగర్ న్యూఢిల్లీ 59, ఫోన్ నెం 5550317

స్క్రీన్‌ప్రింట్‌లో సిద్ధహస్తుడు
శ్రీ పి. యన్. శ్రీనివాస్, గుంటూరు

Sri Parepalle Naga Srinivasa Rao was born in Amaravathi (Guntur) Sri P Venkateswarlu is his father who worked in the Postal Department, He likes fine Arts as well as pamistry and Vastu Mr Srinivas also likes the Art of painting very much from his early life and he has undergone training under the guidence of Sri K Srivinas, S/o Late Koppada Venu Gopal garu He got a Diploma in Drawing and Painting He used the Art for his life maintenance even though he is a Commercial Artist He has done several publicity layouts and good layout designs He settled in the field of Screen Printing Work Shop He established a good Commercial Art firm "Devi Screens" with modern equipment He became a leading commercial Artist, with good maintenance He has done good oil- paintings also He is a life member to our Navarang Art Society, and giving us his best support in physical and moral He cannot for forgot the friend snip of Art His address

Sri P Srinivas, Artist,
S/o Venkateswarlu, Balaji Nagar,
Amaravathi Road, Guntur - 34,
A P

శ్రీ పారేపల్లి నాగ శ్రీనివాస రావు గారు అమరావతిలో జన్మించారు వారి తండ్రి శ్రీ పి వెంకటేశ్వర్లుగారు పోస్టల్ డిపార్టుమెంట్‌లో పని చేశారు వారు శ్రీనివాస్ గార్కి బాల్యంనుండి కల్గిన చిత్రకళా భిమానాన్ని గుర్తించి నారు అందుచేత వారు శ్రీనివాస్ గార్కి విజయవాడలోని కీశే కొప్పాడ వేణుగోపాల్ గారి కుమారులు శ్రీ కె శ్రీనివాస్ గారి వద్ద చిత్రలేఖనంలో శిక్షణ ఇప్పించినారు అనంతరం వీరు డ్రాయింగ్ మరియు పెయింటింగ్ లో హైదరాబాద్ వెళ్ళి డిప్లమో చేశారు అనంతరం, శ్రీనివాస్ గారు తన కళాభినివేశాన్ని వ్యాపారపరంగా వినియో గించుకొని స్క్రీన్ ప్రింటింగ్‌లో ప్రత్యేక శిక్షణ పొందినారు వీరు అనేక లేవుట్స్‌ను కమ్మర్షియల్ డిజైన్స్‌ను వేశారు తర్వాత వీరు గుంటూరులో దేవి స్క్రీన్స్ అనే పేరుతో ఒక స్క్రీన్ ప్రింటింగ్ స్టూడియోను ప్రారంభించి నారు తద్వార అత్యాధునిక మైన కంప్యూటర్ టెక్నాలజీతో తన సోదరుల సహకారంతో ఒక ఆఫ్‌సెట్ యూనిట్‌ను నేటికి విజయవంతంగా నిర్వహిస్తున్నారు వ్యాపార చిత్రకళతో నిరంతరం నిమగ్న మైవున్నటికి శ్రీనివాస్‌గారు సృజనాత్మక చిత్రకళను విస్మరించలేదు ఇప్పటికి తీరిక సమయంలో ఆయిల్ పెయింటి ంగ్స్‌ను "ప్రకృతి దృశ్యాలను" వేస్తూ వుంటూరు వీరికి చిత్రకళ యందు గల అబిమానంతో నగరంలో ఎక్కడ చిత్రకళ ప్రదర్శన జరుగుచున్ననూ వెళ్ళి ఆ చిత్రాలను చూచి ఆనందిస్తూ వుంటారు ఆ కళా అభిమానంతోనే శ్రీనివాస్‌గారు మన కళా సంస్థలో సభ్యులుగా చేరి మన కార్యక్రమాలకి చేయూతనిస్తూన్నారు వీరు లైన్స్ క్లబ్, రోటరీక్లబ్ మొదలైన సేవసంస్థలకి కూడా సహకరిస్తూంటారు చిరునామా

శ్రీ పి శ్రీనివాస్, ఆర్టిస్టు,
దేవి స్క్రీన్స్, 9/2,
అరండల్ పేట,
గుంటూరు - 2 A P

Cardiophagia (Oils) by: Dr. M. Rama chandra Rao, Ongole

Sri S Ravi Sagar born in 1962 He is a mechanical Diploma holder He is a self taught Artist and he got special interest in graphic Arts He done his paintings with all kinds of dry grasses and straws with Natural colours •

First he participated in our All India Youth Art Exhibitions and got encouragement also Then he began to send his paintings to other state level Art Exhibitions also. He took Ideas for his Art pieces from the natural, rural subjects Some of his cartoons and designs were published in some weeklies His hobbies are stamps and coins collection and also photography **Present address** : Sri S Ravi Sagar, L M E, C/o Nandi Pipes, Quality control, Nandyal. Kurnool Dt, A P

కడప జిల్లా చిత్రకారుడు, శ్రీ యస్. రవిసాగర్‌నంద్యాల

యువచిత్రకారుడు శ్రీ యస్ రవి సాగర్ పూర్తిపేరు సన్నెబోయిన రవి సాగర్ ఈయన 1962 లో కడపజిల్లా లోని బ్రహ్మంగారి మఠం గ్రామంలో జన్మించెను సెకండరీ విద్య పూర్తి అయిన తర్వాత మెకానికల్ డిప్లమో చేశారు తర్వాత ఇతనికి చిత్రకళ యందు గల మక్కువ కొలదివీరు వివిధ పత్రికల నుండి రవిసాగర్‌గారు చిత్రకళను పుస్తకముల ద్వారాను పరిశీలించి స్వయంకృషితో చిత్ర లేఖనము అభ్యసించినారు తర్వాత తన అనుభవాలను పురస్కరించు కొని వివిధ రంగులలోనున్న రకరకాలైన రంగుల గడ్డి, ఆకులను ఉపయోగించి చక్కని ఊహా చిత్రాలను తయారు చేశారు తొలుత అలాంటి గ్రాఫిక్ చిత్రాలు మన నవరంగ్ అఖిల భారతీయ యువజన కళాపోటికి పంపించారు వీరు బహుమతులు రూపేణ ప్రోత్సాహం కూడా పొందారు వీరి చిత్రాలలో "నాట్యమయూరి. బంగారు లేడి. మువ్వల సందడి. వ్యవసాయ కూలీలు. కొమ్మ చాటునకన్నె పడుచు."చల్లచిలికె ఓచెల్లి "చిత్రాలు ఇతనికి బహుమతులు సంపాదించి పెట్టినవి వీరి చిత్రాలకి మన నవ రంగ్ చిత్ర పోటీల నుండి, మచిలీ పట్నంలోని చిత్రకళా సంసద్ నుండి, మరికొన్ని ఇతర చిత్రకళా పోటీల నుండి కూడ బహుమతులు లభించాయి.

వీరి వేసిన "బంగారు లేడి" చిత్రాన్ని ప్రముఖ స్వాతంత్ర్య సమరయోధులు "పద్మభూషణ" డా.వావిలాల గోపాల కృష్ణయ్య గారు అభినందించారు ఈయన మన అమరావతి ఆర్టిస్టు నవరంగ్ క్యాంపులో నాలుగు, ఐదు రోజులు పాల్గొన్నారు ప్రస్తుతము నంద్యాల లోని నంది పైప్సు కంపెనీ క్వాలిటీ కంట్రోల్‌లో జాబ్ చేస్తున్నారు ఖాళీ సమయము లో వీరు కొన్ని కార్టూన్స్ డిజైన్స్ వేసి వివిద పత్రికలకు పంపుతూ ఉంటారు శ్రీ యస్ రవిసాగరుకి స్టాంపులు, కాయిన్స్ సేకరణ హాబీలు పోటోగ్రఫి కళమీద అభిమానము వున్నది

చిరునామా.

శ్రీ ఎస్. రవిసాగర్, డి ఎమ్ ఇ
క్వాలిటీకంట్రోల్, నందిపైప్సు,
నంద్యాల కర్నూలు జిల్లా ఎపి

Damayanthi
by Sri S Ravi Sagar,
Nandyal

Sri Satya Sai Water Scheme
by Sri K. Sridharan, Gunthakal

అనంతపురం జిల్లాలో ఆధ్యాత్మిక చిత్రకారులు

శ్రీ కె. శ్రీధరన్, గుంతకల్

Sri K Sridharan was born on 25-4-1957 in Guntakal, Ananthapur District, A P His parents are Sri K.Krishna Swamy(Rly) and Smt. Radhabai He is a self thought Artist He passed S S C and Govt Drawing Examinations in Higher grade (1988) He has drawn so many paintings on Hindu Mythology and some general ideas also He participated in some Art Competitions and Exhibitions with his paintings He got the following Awards

He got Ist prize in the Regional Annual Art Compe titions conducted by the South Central Railway, Guntakal, during, the years 1986, 87, 88 and 1990. He also got a highly commended certificate for his painting "Tulasi Puja" in 1991 and Ist prize for "Vivekanda's life" at Nehru Yuva Kendra, Guntur Sridharam participated in NCN's state level Artists 'Camp' in 1996 at Amaravathi He participated in NCN's Art Exhibitions and Konaseema Chitrakala Parishad, Amalapuram and All India Art Exhibitions at Chandigharhand got Merit Certificates also. He participated in Kala Mela at Bangalore(1992) and New Delhi(1997) along with our Navarang Chitrakala Niketan, Guntur.

He published small illustrated Booklets on "Hanuman Chalisa" and "Raghvendra Swamy Life" His present address is - Sri K Sridhran, Rly. guard, Qr No 49/A, Police Colony, GUNTAKAL (Po)Pin. 515801, Ananthapur Dt, AP."

శ్రీ కె శ్రీదరన్ ది5-4-1957 న అనంతపురం జిల్లా గుంతకల్‌లో జన్మించారు శ్రీ కె కృష్ణస్వామి (రైల్వే ఉద్యోగం) కేరాదబాయి గార్లు వీరి జననీ జనకులు శ్రీధరన్ సాధారణ విద్యలో యస్ యస్.సి ఉత్తీర్ణులు అయినారు చిత్రకళ పైన బాల్యం నుండి అభిమానం వున్నది కాని ఎవరివద్దను చిత్రకళను వీరు అభ్యసించలేదు స్వయంకృషితో చిత్ర కళా సాధన చేశారు శ్రీ ధరన్ తండ్రిగారి మరణానంతరం రైల్వేలో జాబు లబించినది 1986 నుండి వీరు వివిధ వర్ణచిత్రములను వేయుటం ప్రారంభించారు తొలుత తన చిత్రాలను గుంతకల్ రైల్వే డివిజన్ వార్షికోత్సవాలలో 1986 నుండి 1990 వరకు 4 సార్లు ప్రదమ, తృతీయ బహుమతులను తన వర్ణచిత్రాల ద్వారా సాధించారు 1991లో వీరి "తులసి పూజ" చిత్రానికి ప్రసంశా పత్రం, 1992లో ఉగాది చిత్రానికి, 1993లో "ఫుట్‌పాత్ లైఫ్" చిత్రానికి కూడా వేరు వేరు పోటీలలో యోగ్యతా పత్రాలు లభించినవి 1994 లో నవరంగ్ చిత్రకళా నికేతన్, మరియు గుంటూరు నెహ్రూయువ కేంద్రంలో నిర్వహించిన ఎగ్జిబిషన్ "వివేకానంద స్వామి శతజయంతి" చిత్రకళ పోటీలో ప్రధమ బహుమతి (రు 250ల నగదు బహుమతి) వీరుగెల్చుకున్నారు 1995లో రైల్వే వార్షికోత్సవాలల్లో "ప్రదమ శికిత్స" అనె చిత్రానికి ప్రత్యేక బహుమతి పొందారు వీరి చిత్రాలకి 1991 నుండి 1993 వరకు అమలాపురం కోనసిమ చిత్రకళా పరిషత్ పోటీలలో "తల్లిప్రేమ," "డూడూబసవన్న," శివపూజ చిత్రాలకు మెరిట్ సర్టిఫికేట్స్‌తో బాటుగా ఒక రజిత పతకం కూడా లభించినవి

శ్రీధరన్ తనకు గల చిత్రకళాభిరుచి వలన మన నవరంగ్ ద్వారా రాష్ట్రీయ కళామేళా బెంగుళూరు 1992లోనూ న్యూఢిల్లీ 1997లోనూ పాల్గొన్నారు మన సంస్థ ద్వారా 1996లో అమరావతిలో నిర్వహించిన రాష్ట్రస్థాయి చిత్రకారుల శిబిరంలో పాల్గొన్నారు వీరికి 1997-98 సం లో చంఢీఘర్‌లో నిర్వహించిన అఖిలభారత చిత్రకళ పోటీలో మెరిట్ సర్టిఫికెట్ పొందినారు శ్రీధర్ గారు గుంతకల్ దేవాలయాలలో మహా చార్యులు రామనుజాచారి, సుందరేశుని కళ్యాణం, శ్రీరామ పట్టభిషేకం శిర్డిసాయిబాబా చిత్రాలను తైలవర్ణాలతో వేశారు వీరు హనుమాన్‌ఛాలీసా, రాఘవేంద్ర స్వామి జీవిత చరిత్రను గురించి చిన్నచిన్న బొమ్మల పుస్తకాలను కూడా ప్రచరించారు ఆధ్యాత్మికంగా కూడా వీరి సృజనాత్మకతను సద్వినియోగ పరుచుకొంటున్నారు

by- C. Bharadwaja Sastry
Giddaluru

గుంతకల్ చిత్రకారుడు
శ్రీ జి. చంద్రశేఖర్

Sri G Chandra Sekhar born on 22nd February 1962 at Timmapuram, Guntakal Mandal He is a Commerce Degree holder He took training in the Art of Drawing and painting under the guidance of Sri B C Ramappas Art Teacher, Guntakal, and passed Drawing Examinations and T T.C He developed his Art with self thought ideas He sent his paintings to many Art Exhibitions He got Several Awards from Sri Saraswathi Vidyapeetam, Hyderabad in drawing and painting competition in the teachers group, Other Awards Navarang Chitrakala Niketan, Vellatur All India Youth Art Exb. IV and Vth prizes He got a special prize in Konaseema Chitrakala parishad Art Exhibition, Amalapuram, (E G Dt) Nehru Yuvakendra, Guntur Etc. Now he is running a small Commercial Art studio at Guntakal, Present Address - G C Art Photo Studio, opp to S L V Theatre, Guntakal 575809 Ananthapur - Dt A P

శ్రీ జి చంద్రశేఖర్ గారు ది 22-12-1962న కడప జిల్లాలో గుంతకల్‌మండలంలోని తిమ్మాపూర్ గ్రామంలో జన్మించారు తండ్రి శ్రీ జి రామప్ప గారు

ఈయన తొలుత శ్రీ బి సి రామప్పగారి వద్ద చిత్రలేఖనం అభ్య సించి డ్రాయింగ్ పరీక్షలు ఉత్తీర్ణులయినారు తరువాత టెక్నికల్ టీచర్స్ (డ్రాయింగు) సర్టిఫికెట్ కోర్సుకూడా ఉత్తీర్ణులయి నారు. తరువాత కొంతకాలం శ్రీ శారద విద్యామందిర్ స్కూలు, గుంతకల్‌లో టీచరుగా పని చేశారు. తరువాత స్వయంకృషితో అనెక ఊహాచిత్రాలను వేశారు వాటిని అనేక పోటీలకి ప్రదర్శనలకి పంపారు

వీరు శ్రీ సరస్వతీ విద్యాపీఠం హైదరాబాద్‌వారు నిర్వహించిన టీచర్సు "డ్రాయింగు & పెయింటింగ్" పోటీల్లో ద్వితీయ బహుమతిని, వెల్లటూరు అఖిల భారత ఔత్సాహిక చిత్రకళా పోటీలలో వరసగా 4, 5 సార్లు పాల్గొని వివిధ బహుమతులను పొందిరి అమలాపురం కే సి పి స్టేట్ ఆర్టు ఎగ్జిబిషన్‌లోకూడా ఒక ప్రత్యేక బహుమతిని పొందారు ప్రస్తుతం గుంతకల్‌లో ఒక ఆర్టు మరియు ఫోటో స్టుడియోను నిర్వహిస్తున్నారు

'Rama Krishna Parama Hamsa
by Sri G. Chandra Sekhar,

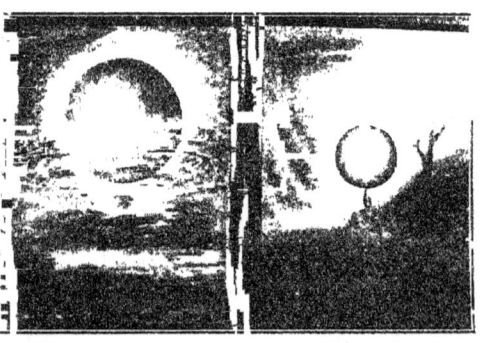

'Ozone hair"
by Sri G Chandra Sekhar.

ఔత్సాహిక చిత్రకారుడు
శ్రీ కే.వి. యన్.యస్. మూర్తి, మంచిర్యాల

Sri Kasturi Venkata Surya Narayana Murthy was born on 14-10-1944 Palagummi" Village in East Godavari Dt AP His fathers name is Sri K Narasa Raju, Mother Smt Suseela He passed S S L C He likes the Art from his student life and learnt drawing and painting by post from Sri T Venkata Rao, Cartoonist, Vijayawada

He has drawn many Drawings and paintings and sent them to various Art Exhibitions But he is encouraged from our Navarang Art Exhibitions with special prizes and Commended certificates Sri Murthy is preparing some Articrafts things very Attractively. He is doing painting as hobby even thought he is working as an employee in the Sirpur paper mills Ltd in the Forest center Mancherial, Adilabad Dt. AP

శ్రీ కస్తూరి వెంకట సూర్య నరసింహమూర్తిగారుది 14-10-1944 న తూర్పుగోదావరి జిల్లాలోని పాలగుమ్మి: గ్రామంలో పుణ్య దంపతులు శ్రీ కే నరసింహ రాజుగారు, శ్రీమతి సుశీలగార్లకు జన్మించారు వీరు ఎస్ ఎల్ సి వరకు చదువుకొన్నారు బాల్యం నుండివీరికి చిత్రకళపైన అభిమానం కలదు శ్రీ నరసింహ మూర్తిగారు విజయవాడలోని చిత్రరత్న శ్రీ టి వెంకటరావుగారి వద్ద పోస్టల్ ట్యూషన్ ద్వారా డ్రాయింగ్, పెయింటింగ్ నేర్చుకున్నారు తర్వాత కొన్ని ఊహ చిత్రాలను నీటి రంగుల్లోనూ, ఆయిల్ కలర్సులోనూ వేశారు

వీరు తమ చిత్రాలను అనేక చిత్రకళా ప్రదర్శనలకి పంపారు వీరి చిత్రాలకి మన నవరంగ్ చిత్ర కళా పోటీలలో 3, 4 సార్లు ప్రత్యేక బహుమతులు, ప్రసంశాపత్రాలు పొందారు వీరి చిత్రాలు స్వచ్ఛందంగా వుంటాయి. ఎవరి చిత్రకళా ప్రభావాన్ని వీరు పొందకుండా తమంతటతానే ఊహ చిత్రాలనువేస్తుంటారు అందుకే ఈయన చిత్రాలు నిరాడంబరంగా వుండి మూగసందేశాన్ని యిస్తుంటాయి అందుకే వీరు అభినంద నీయులు ప్రస్తుతం వీరి చిరునామా

శ్రీ కే వి యన్ ఎస్ మూర్తి C/o ది శిరిపూర్ పేపర్ మిల్ల్సు లిమిటెడ్, ఫారెస్టు సెంటర్, మంచిర్యాల, ఆదిలాబాద్ జిల్లా ఆంధ్రప్రదేశ్

అద్దంలో పూలజడ
by: Sri K.V.N.S. Murthy

"Perantam"
by: Sri A. Paidi Raju, Vizianagaram.

ఔత్సాహిక చిత్రకళాకారుడు
శ్రీ జె.వి.కే. అప్పలరాజు, విశాఖపట్నం.

Sri J V K Appla Raju was born on 20th October 1966 in Ravulapalem in Sabbavaram Tq, in a Kshatriya family. He completed his Secondary Education in Nehru Muncipal Corporation High School, Maddulapalem He is fond of drawing and painting from his early life He improved from the pictures of Late Sri Vaddadi Papayya garu in Folk and Traditional paintings He studied the works of Sri V.P Sarma and Sri Rajaji also He had drawn many paintings with his own ideas and got good publicity also

Then he studied commercial art from Sri Tirumala Rao and M B Trinath, and P C Dass Then settled in the field of Art He got good name in commercial art field Then he learnt drawing and painting for the Govt examinations From sri N.S Sarma,

He started Rajeswary Arts in Visakhapatnam and got orders from the biggest firms like " Indian Navy and Steel Plant and settled as a good lettering painter He took the Coramandal fertilisers orders also

He got prizes for his paintings from Konaseema Chitrakala Parishad, Amalapuram and Navarang Chitrakala Niketan, Vellatur, Lalit Kala Samithi, Siddipeta, Bharat kala Parishad, Hyderabad Ankala Art Academy, Bhimavaram, and Chitrakala Parishad, Vizag etc

He started Vani Art gallery in Vizag and conducted one child Art Exhibition on state level in 1995

His address is -

Sri J V K Appala Raju, Secretary, Gajuvaka Artists Welfare Association, Shop No-10, Gullalapalem Market, Malka puram, Visakhapatnam, Pin - 530 011

శ్రీ జంపన వెంకటకృష్ణ అప్పలరాజుగారు విశాఖజిల్లా, సబ్బవరం తాలూకా రావులంపాలెం గ్రామంలో ఒక క్షత్రియ కుటుంబం లో జన్మించారు శ్రీ రాజు మద్దుల పాలెంలోని మున్సిపల్ కార్పోరేషన్ హైస్కూలులో సెకండరి విద్యని పూర్తిచేసారు వీరికి చిన్నతనం నుండి చిత్రలేఖనం అంటే చాలా ప్రీతి కీ.శే వడ్డాది పాపయ్య గారి చిత్రాలను అనుకరించి వీరు తొలుత ఉత్సాహంతో బొమ్మలు వేశేవారు తదుపరి శ్రీ వెల్లటూరి పూర్ణానంద శర్మగారి ఆంధ్ర గ్రామీణ జానపద చిత్రాలను, శ్రీరాజాజీ గారి సాంప్రదాయ చిత్రకళను అనుకరించారు అనంతరం శ్రీ ఎన్ ఎస్ శర్మ గారి వద్ద డ్రాయింగ్, పెయింటింగ్ పరీక్షలకి శిక్షణ పొందారు అనంతరం విశాఖలోని శ్రీ కొమ్మోజు నరసింహాచార్యులు గారి వద్ద మోడరన్ ఆర్టులో సింబాలిజం, సర్రియలిజం, క్యూబిజం మొదలైన పదతులను అభ్యసించారు వీరు అనేక ఆర్టు ఎగ్జిబిషన్‌లను సందర్శించారు

శ్రీ రాజుగారు కమ్మర్షియల్ ఆర్టులో సెటిల్ అయినారు ఈ కళలో బోర్డులు వ్రాయటం శ్రీతిరుమలరావు గారి వద్దను శ్రీ యం వి ప్రసాద్ గారి వద్దను, పూర్ణచంద్రదాస్ గారి వద్దను నేర్చుకొన్నారు తర్వాత విశాఖలో రాజేశ్వరీ ఆర్ట్సు అనే కమ్మర్షియల్ ఆర్టు స్టూడియోలను, సంస్థను స్థాపించి వర్కు చేస్తున్నారు తీరిక సమయంలో కొన్ని ఊహా చిత్రాలను, కార్టూన్లు వేసి శ్రీ సుంకర చలపతిరావు ద్వారా పలు రాష్ట్రస్థాయి చిత్రకళ పోటీలకి పంపి బహుమతులు పొందారు

శ్రీ రాజుగారు 1993 మే 15 వ తేదీన వైజాగ్‌లో "వాణీ ఆర్టుగేలరీ" అను సంస్థను స్థాపించి పిల్లలకు సమ్మర్ ఆర్టుక్లాసులు నిర్వహించు చున్నారు అంతేగాక ఆ సంస్థ తరుపున రాష్ట్రస్థాయి బాలల చిత్రకళా ప్రదర్శనల్ని కూడ నిర్వహించారు వీరు తమ చిత్రాలకు అనేక బహుమతులను పొందారు. కోనసీమ చిత్రకళా పరిషత్, అమలాపురం లోను, వెల్లటూరు నవరంగ్ చిత్రకళా నికేతన్ పోటీలలో (గుంటూరు జిల్లా), చిత్రకళాసమితి సిద్ధిపేట, అంకాల ఆర్ట్సు అకాడమి, భీమవరం లోను బహుమతులు పొందారు వీరు గాజువాక పెయింటర్స్ వెల్‌ఫేర్ సంస్థకి సెక్రటరీగా వున్నారు

యువ చిత్రకళాకారుడు
శ్రీ కేసన మురళీకృష్ణ.

Sri K Murali Krishna was born on 4 th June 1970 in KesanaVaripalem, Kuchina pudi Mdl, in Guntur Dist His father is Sri K Jagan Mohan Rao Mr Murali Krishna passed B Sc Degree and got Bachelar of Fine Arts Degree in painting from Andhra university, Waltair, A P. He passed T T C in Drawing and sometime he worked as an Art Teacher in the S Rama Rural College, Chillumuru, Tenali Taluka He got good interest on painting in water colours and oil colours also He participated in our Artists working camp at Amaravathi in 1996 He is interested to pre pare good paintings and wishes to participate in the Future Art Exhibitions His perminent address is Sri K Murali Krishna, S/o K Jagan Mohan Rao, Kesana Vari palem P O Kuchinapudi Mdl, Guntur Dist

యువ చిత్రకారుడు శ్రీ కేసన మురళీకృష్ణ ది 4 6 1970న గుంటూరు జిల్లా, కూచినపూడి మండలం కేసనవారిపాలెంలో జన్మించారు తండ్రి శ్రీ కె జగన్మోహనరావుగారు వ్యవసాయదారుడు అయినా గాని కుమారుని బి యస్సీ వరకు చదివించటమే గాక, ఆంధ్ర యూనివర్సిటీ, వాల్తేరు నుండి బ్యాచులర్ ఆఫ్ ఫైన్ఆర్టు చిత్ర లేఖనం డిగ్రీకూడా చేయించారు

శ్రీ మురళీకృష్ణ డ్రాయింగులో టి టి సి కూడా ఉత్తీర్ణులై కొంత కాలం తెనాలి తాలూక చిలుమూరు లో ప్రసిద్ధ విద్యాసంస్థ శ్రీరామ రూరల్ కళాశాలలో డ్రాయింటీచర్‌గా పనిచేశారు ఇతను చిత్ర కళలో మంచి ఉత్సాహం గల యువకుడు మన సంస్థలో సభ్యులుగా, 1996 లో అమరావతిలో మనం నిర్వహించిన ఆర్టిస్టు క్యాంపు (చిత్రకళ) లో పాల్గొని చక్కని తైలవర్ణ చిత్రాలు వేసినారు ఇతను వివిధ చిత్రకళ పోటిలకి తన చిత్రాలను పంపించి మంచి చిత్రకారుడుగా పేరు తెచ్చుకోవాలని కోరుకుంటున్నారు

ఔత్సాహిక చిత్రకారుడు
శ్రీ టి.వి.బి.రాజు, విశాఖపట్నం.

Sri T V B Raju was born on 21st June 1949 in Bandarlanka, A P He is a post graduate and working as personal assistant, in the " INDIAN NAVY", Vizag

He was trained in painting under the guidence of Sri J.V.K Appla Raju (Vani Art Gallery, Vizag) Sri T V B Raju done some paintings in his leisure time He got prizes in district level and he is doing good paintings always in his leisure time

శ్రీ టి వి బి రాజు గారు బండారు లంకలో ది 21-6-1949 న జన్మించారు వీరి తండ్రి సూరన్నగారు, వీరిని యం ఎ వరకు చదివించారు శ్రీ రాజుగార్కి చిన్నప్పటి నుండి భారతీయ చిత్రకళలో అభిమానం ఉంది

శ్రీ రాజు గారు ఇండియన్ నేవీలో పర్సనల్ అసిస్టెంట్‌గా పనిచేస్తూ తన తీరిక సమయములో వాణీ ఆర్టుగాలరిలో శ్రీ జె వి కే అప్పలరాజు గారి వద్ద చిత్రకళలో మెళుకువలు అభ్యసించారు వీరు వేసిన చిత్రాలకి జిల్లాస్థాయిలో బహుమతులు వచ్చినవి ఇంకా వారికి చిత్రలేఖనం చేయాలని కోరిక వున్నది వాటిని పోటిలకు పంపాలని ఆకాంక్ష దాగి వున్నది సాధన చేస్తే మంచి చిత్రాలు వేయగల్గుతారు వీరి చిరునామా -

Address -

శ్రీ టి వి బి రాజు,
61-5-7, వెంకన్నపాలెం
మల్కాపురం,
విశాఖపట్నం - 530 011

ఆదర్శ యువ చిత్రకారుడు
శ్రీ వి.యస్,ఎన్. బెనర్జీ, విశాఖపట్నం

Sri V S N Benerjee was born on Ist July 1956 in Chinapulipaka Village Krishna District His full name is Valle Surendranath Benerjee He passed B F A (1983) from Andhra University and post graduated in Psychology from A U Waltair in 1986 He has drawn several paintings and sent them to Art Exhibitions and got prizes also He got 3rd prize in our Navarang Youth Art Exhibition 1983 at Vellatur He participated in the National painting competition organised by All India Telugu Kala and Sahithya Academy, Modi Nagar, U.P (1983), IInd prize from Nehru Youva Kendram, Guntur 1994, and Chitrakala Parishad, Visakapatnam in 1993 and 1996 (Cash Award) Etc. Now he is working as an Art Teacher in D A V Public School Ukku Nagaram at Vizag and sending students paintings to several child Art competitions

His Address
Sri V S N Benarjee,
Art Teacher
Sector 3 Ukkunagar
Visakhapatnam
A P

శ్రీ వి ఎస్ ఎన్ బెనర్జీ అనగానే ఇతనెవరో బెంగాలీ వాడు అనుకొంటారు కానీ ఇతను తెలుగు బిడ్డే శ్రీ వల్లే సురేంద్రనాద్ బెనర్జీ 1-7-1956న కృష్ణాజిల్లాలోని చిన్న పులిపాకలో జన్మించారు ఇతను ఆంధ్ర యూనివర్శిటీ నుండి B.F.A డిగ్రీ (ఫైనార్ట్సు) పొందినారు (1983) అనంతరం అక్కడే సైకాలజీలో పోస్టుగ్రాడ్యుయేషన్ 1986 లో చేశారు అనంతరం బెనర్జీ విశాఖ ఉక్కునగర్‌లోని డి ఎ వి పబ్లిక్ స్కూలులో ఆర్టు టీచరుగా జాయిన్ అయినారు శ్రీ బెనర్జీ అనేక వర్ణచిత్రాలను వేసి వివిధ చిత్రకళా పోటీలకు పంపుతుంటారు వీరి చిత్రాలు తొలుత మన నవరంగ్ యువ చిత్రకళా ప్రదర్శనలో 1983 లో తృతీయ బహుమతి లభించగా అదే సంవత్సరం ఉత్తరప్రదేశ్‌లోని మోడీనగర్‌లో అఖిలభారత ఆంధ్ర సాంస్కృతిక కళా అకాడమీవారు నిర్వహించిన అంతర్జాతీయ చిత్రకళా పోటీలో కన్సోలేషన్ బహుమతి లభించినది ఇంకను మన నవరంగ్ చిత్రకళా పోటీ 1986 లో ద్వితీయ బహుమతి లభించినది విజయవాడ ఆంధ్ర ఎకాడమీ వారి పోటీలలో 1994 లో ద్వితీయ బహుమతిని గుంటూరులోని నెహ్రూ యువకేంద్రం వారు నిర్వహించిన రాష్ట్రస్థాయి యువజన చిత్రకళ పోటీలో ప్రత్యేక బహుమతి పొందారు అమలాపురంలోని కోనసీమ చిత్రకళా ప్రదర్శనలో 1994 లో తృతీయ బహుమతిని 1995 లో ద్వితీయ బహుమతిని 1996 లో తృతీయ బహుమతిని పొందారు ఇంకను చిత్రకళా పరిషత్ విశాఖపట్నం వారి కళాప్రదర్శనలో 1993 లో ఒక నగదు బహుమతిని, 1996 లో మరొక నగదు బహుమతిని సంపాదించారు. ఈ విధంగా ఇతను నిరంతరం చిత్రకళలో కృషి చేస్తున్నారు

శ్రీ బెనర్జీ తను పనిచేస్తున్న డి ఎ వి పి, స్కూలు విద్యార్థులు చేత కూడా చక్కని చిత్రాలు వేయించి వివిధ బాలల చిత్రకళా పోటీలకు పంపి బహుమతులను సాధించారు వీరి చిరునామా:

శ్రీ వి ఎస్ ఎన్ బెనర్జీ, ఆర్టు టీచరు
సెక్టారు 3, ఉక్కునగర్,
విశాఖపట్నం - 530 032

Land Scape (Medium Oil)
by Sri V.S.N. Benerji

అక్షరశిల్పి మనఅభిమాని, మానవతావాది మమతలయశస్వి శ్రీ యన్.ఆర్.తపస్వి

Sri N.R Tapaswi an Art lover was born in Govada, Tenali Tq A P. on 17th Aprial 1948 His parents are Smt Mangadevi and Sri N V Ratnam who was Awarded the title of 'KaviBhushan" Sri N R Tapsawi likes painting very much as well as the other Fine Arts He also likes very much the philosophy and science He is dedicated to Satyam, Sivam and Sundaram He is a good writer in prose and modern poetry in Telugu He is a deep follower of Dr Sanjeev Dev He draws for his own satisfaction and joy He likes our Art activities and giving us moral support always by his writings and talks

శ్రీ నడకుర్తి రామ్‌జీ తపస్వి గార్ని ఆయన అభిమానులందరు N R తపస్వి అని పిలుస్తారు ఈయన ది 17 4 1948 న అమృతలూరు మండలం గోవాడ గ్రామములో పుణ్య దంపతులు శ్రీమతి మంగాదేవి గార్కి "కవిభూషణ" శ్రీ ఎన్ వి రత్నం గార్కి జన్మించినారు వీరికి లలిత కళలు ముఖ్యముగా చిత్రలేఖనం తత్వవిజ్ఞానంలపైన అభిరుచి మెండు, వీరు "సత్యం - శివం - సుందరం" లను నిరంతరం ఆరాధిస్తారు చక్కని రచనలను చేస్తారు వ్యాసం అయినా, నేటికి ఆధునిక కవిత అయినా చక్కని భావాలతో వారు ముత్యాల వంటి అక్షరాలనతో చిత్రిస్తారు తన తృప్తి కోసం, కొన్ని బొమ్మలు కూడా వేస్తారు వీరికి డా॥ సంజీవదేవ్‌గారి మాద ఎనలేని భక్తి, అభిమానం, శ్రద్ధ ఉన్నాయి అలాగే మన సంస్థ నిర్వహిస్తున్న చిత్రకాళా వ్యాసాంగాలు అభిమానిస్తారు సహృదయులు, మానవతామూర్తి శ్రీ తపస్వి గారి చిరునామా -

శ్రీ N.R. Tapaswi,
Postal department,
Repalle, H P O (old town)
Guntur Dist

Fortune Teller by Sri. V. P. Sarma

ఔత్సాహిక చిత్రకారుడు
శ్రీ యం.ఎస్. భట్టారాచార్యులు, జగ్గయ్యపేట

Sri M S Bhattara Charylu was born on 1 9 1964 in Jaggaiahpeta, Krishna Dt A P His Father Sri M Varada Charyalu is the main Archaka of Sri Varada Raja Swamy Temple. Bhattara Charya is a graduate of Arts and now he is studying M.A History His hobbies are Painting and Music He got Diploma in painting from Santhan Chitra Vidyalalm, Madras and Chitra sutra Cartoon course from Sri T V Rao Vijayawada He has drawn several paintings and sent them to Konaseema Chitrakala Parishad, (1992, 1993) Amalapuram and Navarang Chitrakala Niketan, Guntur in 1993, 94, 95 and won some merit and special prizes. Recently he passed A P. Drawing Examinations and T.T.C also

శ్రీ యం యస్ భట్టారాచార్యులు, కృష్ణాజిల్లా, జగ్గయ్యపేటలో ది 1-9-1964 న జన్మించారు వీరి తండ్రి శ్రీ యం వరదాచార్యులు గారు స్థానిక శ్రీ వరదరాజస్వామి దేవాలయములో ప్రధాన అర్చకులుగా పనిచేస్తున్నారు అయినా కుమారుని వేదమంత్రాలుతో బాటుగా, బి ఎ. వరకు చదివించారు ఇతను స్వయంకృషితో వీరు హిస్టరి లో ప్రైవేటుగా యం ఎ. చేస్తున్నారు ఇతనికి చిత్రకళయందు అభిరుచి కలదు మద్రాసులోని శాంతన్ చిత్రకళా విద్యాలయం వారి నుండి పోస్టల్ కోచింగ్ ద్వారా డిప్లమోను పొందారు విజయవాడ నుండి "చిత్రసూత్ర కార్టూన్ కోర్సు" లో శ్రీ T V. రావు గారి నుండి శిక్షణ పొందినారు శ్రీ ఆచార్యులు గారు అనేక రకాల వర్ణచిత్రములను వేశారు అచిత్రాలను వివిధ స్థాయిల్లో చిత్రకళా పోటీలకి పంపుతుంటారు వీరికి నవరంగ్ చిత్రకళా నికేతన్ యువ చిత్రకళా పోటిలలో 1993, 94, 95 లో ప్రత్యేక బహుమతులు మరియు మెరిట్ అవార్డులు లబించినవి అంతేగాక కోనసీమ చిత్రకళా పోటీలలో అమలాపురం నుండి 1992, 93, సం లో మెరిట్ మరియు స్పెషల్ ప్రైజులు పొందినారు. 1995, వీరు మిత్రులతో కలసి జగ్గయ్యపేటలో గ్రూప్‌షోను నిర్వహించారు ఇటీవల చార్యులు గారు ప్రభుత్వ డ్రాయింగ్, T T.C పరీక్షలు ఉత్తీర్ణులైనారు

Adress

Sri M S Bhattara Charyulu,
S/o Sri Varada Charyulu
C/o VaradaRajeswara Temple
Jaggaiahpet- P O Krishna Dt A P

Buddha Statue
by M.V. Mohan, Vinukonda

Land Scape
by: Sri S. Bhattara Charyulu, Jaggaiahpeta

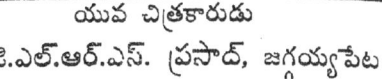

యువ చిత్రకారుడు
శ్రీ జి.ఎల్.ఆర్.ఎస్. ప్రసాద్, జగ్గయ్యపేట

Sri G L R S Prasad was born on 17-6-1974 in Jaggayyapeta of Krishna Dt His father is Sri G V Ramana. Sri Prasad studied upto M Sc, and learnt Art by postal coaching under the guidance of Sri T Venkata Rao Chitra sutra, Vijayawada

He participated in the Art Exhibitions of Navarang ChitraKala Niketan, Vellatur, 1993 and 1995 and won merit and special awards He also got special prize (Silver Medal) and Merit Awards for his paintings from Konaseema Chitrakala Parishad Amalapuram He alsc conducted a group show in Feb 1995 in Jaggayyapet with his friends successfully His present address is Sri G L N R.S. Prasad M Sc, S/o G V Ramana garu H No 13-42 Brahmin street, Jaggayyapet - 521175, Krishna Dt A P.

యువచిత్రకారుడు శ్రీ జి యల్ ఎన్ ఆర్ ఎస్ ప్రసాద్ ది 17-6-1974న జగ్గయ్యపేటలో జన్మించారు తండ్రి శ్రీ జి వి రమణగారు వ్యవసాయ దారులు అయినప్పటికి, వారి కుమారుని యం ఎస్ సి వరకు చదివించారు ఇతనికి బాల్యం నుండి లలితకళ పైన అందులో చిత్రకళపైన మంచి అభిలాష గలదు విజయవాడలోని చిత్రసూత్ర శ్రీ టి వెంకటరావు గారి వద్ద చిత్రకళ కోర్సు పోస్టలు కోచింగ్ పొందినారు స్వయంగా అనేక ఊహా చిత్రాలను వేశారు వాటిని మన నవరంగ్ యువజన చిత్రకళ పోటీలకి పంపి 1990లో మెరిట్ అవార్డును, 1995లో స్పెషల్ ప్రైజును పొందారు అమలాపురం లోని కోనసీమ చిత్రకళా పరిషత్ వారి చిత్రకళా ప్రదర్శనలలో 1993, 95లలో పాల్గొని రజిత పతకముల ను సాధించారు 1995లో జగ్గయ్య పేటలోనే మిత్రమండలి సహకారం తో ఒక చక్కని గ్రూప్‌షో నిర్వహించారు ఆ సందర్భంలో బాలలకి స్పాట్ పెయింటింగ్ పోటీల చిత్ర కళ విజయవంతంగా నిర్వహించారు

Swarnothoava Bharathi
By: Sri Darsi
Jwala chary, Gndivada.

'Mother & child"
by Sri G.L.N.R S.Prasad, Jaggayyapet. 88/2

NCN Chitrakala Deepika 88 చిత్రకళా దీపిక

Name : Podugu Venkata Siva Brahmaji,
Son of Late Sri P Gangadhara Chari,
Date of Birth 01-01-1975
Qualification B.Com
Working in : State Bank of India, Vizag, Port Branch
Self Taught Artist : Participated in Several Art Exhibitions and secured some prizes & certificates also from NCN, Vellatur NYK Guntur and SYPM, New Delhi.
Present Address :
Sri PVS Brahmaji,
(Amateur Artist)
DR No 22-42-10,
Town Hall Road,
Visakhapatnam - 533 001 A P

విశాఖ యువచిత్రకారుడు
శ్రీ. పి. వి. యస్. బ్రహ్మాజీ

శ్రీ పొడుగు వెంకట శివ బ్రహ్మాజీ విశాఖపట్నం నివాసి వీరి తండ్రి కీ.శే. పి. గంగాధరాచారి గారు ఈ ఔత్సాహిక చిత్రకారుడు ది 01-01-1975న జన్మించారు ఇతనికి చిన్నతనం నుండి చిత్రకళ అంటే చాలా యిష్టం స్వయంకృషితోనే అనేక చిత్రాలను వేశారు 1991 నుండి వివిధ బాలల, యువ చిత్రకళ పోటీలకు తన చిత్రాలను పంపుతున్నారు 1992లో ఇతనికి న్యూఢిల్లీలో జరిగిన 4వ అఖిల భారత పోస్టల్ కాంపిటీషన్‌లో 'డ్రగ్ & ఎ యూత్ ప్రివెన్షన్'కి" ప్రశంసాపత్రం, 1993 లో పెట్టూరు లో జరిగిన 20 వ అఖిలభారత ఔత్సాహిక చిత్రకళ పోటీలో "వివాహదృశ్యం"కి "ప్రైజ్ కమెండెడ్ సర్టిఫికెట్ లభించినది ఇదే సంవత్సరం జపాన్ 'కనగావా' సంస్థ నిర్వహించిన రెండు సంవత్సరాలకు ఒకసారి జరిగే ప్రపంచ బాలచిత్రకళ పోటీలో కూడా ఇతని చిత్రాలకి 'మొమెంటో' లభించినది 1994 లో గుంటూరు నెహ్రూ యువ కేంద్రం వారు నిర్వహించిన రాష్ట్రస్థాయి యువజన చిత్రకళ పోటీలో "కలహండి" "రామకృష్ణ పరమ హంస' చిత్రాలకి ప్రత్యేక బహుమతి పొందినారు 1995 లో నవరంగ్ చిత్రకళా నికేతన్ వారి రజతోత్సవ చిత్రకళా ప్రదర్శనలో 'ఫెమినైన్'కి ప్రశంసా పత్రం లభించినది

ఈ విధంగా చిత్రకళా [illegible] ఒక్కొక్క మెట్టు స్వయంకృషితో పైపైకి ఎక్కుతున్నందులకు [illegible] అభినందనీయులు. [illegible] శ్రీ బ్రహ్మాజీ [illegible] స్టేట్ బ్యాంక్ ఆఫ్ ఇండియా, వైజాగ్ పోర్టు బ్రాంచిలో ఉద్యోగం చేస్తున్నారు.

"Maha Shiva Abhishekam"
by Sri A. Velu, Hyderabad.

"Sri Veera brahmendra Swamy"
by Sri P.V.S Brahmaji, Vizag

Sri G Jangamaiah was born on 8th March 1952 in Venkatapuram Village of Hyderabad District His father Sri Gonikadi Yellaiah is a poor farmer, Sri Jangamayya passed S S C exams through Z P High School, Shadnagar He got special interest on the Art of Drawing and Painting from his childhood He took coaching in this Art from Sri N Narayana Sambho and passed Drawing higher grade Examinations After getting T T C, he was posted as an Art Teacher in Z P Secondary School, Devaruppala, Warangal District He learnt Philosophy under the guidance of Sri Achala guruvu and Sri Sivarama Deekshithulu Sri Jangamayya is self thought painter and done some paintings with general and philosophical subjects He participated in the Art Exhibitions of Warangal Art Society and got Best Award in 1991 He has got a Gold Medal in 1994 from the Hyderabad Art Society First he got prizes for his paintings from our NCN's Regional Art Exhibitions at Vellatur He is a good thinker of Art and leads with simple life at the rural areas He wrote an article in Telugu on the Art, Comparing with Philosophy and peace which was published in this book

His present Address -
Sri G Jangamaiah,
Drawing Teacher,
Z.P Sec.School,
Devaruppala – (p o),
Warangal Dt, AP

తెలంగాణా గ్రామీణ చిత్రకారుడు
జి.జంగమయ్య, దేవరుప్పాల, వరంగల్‌జిల్లా

గ్రామీణ చిత్రకారుడు శ్రీ జి జంగమయ్య గారు మన వరంగల్ ప్రాంతీయ తరుణ చిత్రకళా ప్రదర్శనల ద్వారా తన చిత్రాలకి బహుమతులను పొంది, కళాభి మానుల గుర్తింపు పొంది నారు శ్రీ గొనికాడి జంగమయ్య 1952లో హైదరాబాదు జిల్లాలోని వెంకటాపురం అనే గ్రామంలో జన్మించారు వీరి తండ్రి శ్రీ ఎల్లయ్య ఒక పేద రైతు అయినా వీరిని దగ్గరలోని షాద్‌నగర్ హైస్కూలుకి పంపి ఉన్నత విద్య చెప్పించారు అక్కడ వీరు పదవ తరగతి ఉత్తీర్ణులు అయినారు తర్వాత చిన్నతనం నుండి వీరికి చిత్రకళా చింతన కలిగినది జంగ మయ్యగారు శ్రీ యన్ నారాయణ శంబొసారు వద్ద చిత్రకళలో తర్ఫీదును పొంది, ప్రభుత్వ డ్రాయింగ్ హైయ్యరు పరీక్ష మరియు టిటిని కూడా ఉత్తీర్ణు లైనారు అనంతరం వీరు వరంగల్ జిల్లా పరిషత్‌లోని దేవరుప్పాల గ్రామం లోని జడ్ పి సెకండరీ స్కూలులో డ్రాయింగ్ టీచరుగా ఉద్యోగంలో చేరారు వీరు తెలంగాణా ప్రాంతంలోని గ్రామీణ, జానపదుల జీవన శైలిని అధ్యయ నంచేసి అనేక వర్ణచిత్రాలను వేశారు వీరి చిత్రాలకి 1991లో హైదరాబాదు ఆర్ట్ సొసైటి వారు నిర్వహించిన రాష్ట్రీయ కళా ప్రదర్శనలో ఉత్తమ పురస్కారంగా ఒక స్వర్ణపతకం మరియు నగదు బహుమతి లభించినవి మరియు 1994లో హైదరాబాదు ఆర్ట్ సొసైటీ వారి ఎగ్జిబిషన్‌లో వీరి చిత్రానికి రు 2000ల "క్యాష్ అవార్డు" లభించినది ఇంకను వరంగల్ ఆర్ ఎగ్జిబిషన్‌లో కూడా వీరి చిత్రాలకు కొన్ని బహుమతులు లభించినవి

శ్రీ జంగమయ్య గారు ఆధ్యాత్మిక చింతన వలన తత్వ శాస్త్రాన్ని శ్రీ అచల గురువు గారి నుండి, శ్రీ శివరాము దీక్షితుల గారి వద్ద నుండి పొందినారు ఆ అనుభవంతోనే వీరు చిత్రకళలో ఆధ్యాత్మిక, దార్శనిక సూత్రాలను చొప్పించి, లలితకళలు, వాటి ధర్మాలను పరిశీలిస్తున్నారు ఈ గ్రంథంలో శ్రీ జంగమయ్య గారు వ్రాసిన వ్యాసాన్ని ప్రచురిస్తున్నాము తప్పక చదవండి ఆలోచించండి కళాకారులు శాస్త్రీయ పరిజ్ఞానాన్ని సామాజిక అవగాహనని కల్గి వుండాలని వీరి కోరిక

Creation No. 1

భారతీయ కళలు - చిత్రకళాతత్వం

Sri G.Jangamaiah

ప్రకృతి ఒక చైతన్యవంతమైన అనంత ఆత్మ శక్తి ఈ శక్తి నామరూప రహితమైన సృష్టికర్త అయిన కళాకారుడు మూలవిరాట్ అనంతమైన సృష్టిలో అద్భుతమైన ఒక శక్తి జన్మించింది త్రిగుణాత్మక మాయచే శూన్యం, శూన్యం నుండి వాయువు, వాయువు నుండి అగ్ని, అగ్ని నుండి జలం, జలం నుండి భూమి అను పంచ మహాభూతములు ఉద్భవించి, అవే పంచార్థములుగా రూపొంది ఈ జీవ సృష్టికి మూల కారణము అయినవని మన వేదములు తెలుపుచున్నవి

ఈ విధముగ సృష్టికర్త అయిన పరబ్రహ్మ అను కళాకారుడు (84) ఎనుబది నాలుగు లక్షల కళాఖండములను ప్రకృతిలో సృష్టి చేసినాడు ఈ కళాఖండములలో మానవుడు జ్ఞానజీవి ప్రకృతిలోని ప్రతి దృశ్యమూ, ప్రతి ఒక్క జీవి కూడా పరమేశ్వరుడు సంతోషంగా సృష్టించిన కళాఖండములేగదా!

ప్రకృతి ఉద్భవించిన కొన్ని వేల సంవత్సరములైన తరువాత మానవుడు తనకున్న కొద్దిపాటి జ్ఞానము చేత ప్రకృతి యొక్క దృశ్యములను, జీవజంతువుల, పక్షుల యొక్క స్వరూపములను గీతలచేత చిత్రించి, తన భావములను ఇతరులకు తెలుపుటకును, ఇతరుల బావములను తాను తెలుసుకొనుటకును చిత్రకళను ఉపయోగించుకొన్నాడు తన ఆనందం కొరకు జంతువులు, పక్షుల యొక్క అరుపులను, కూతలను విని తద్వారా సంగీతము సమకూర్చుకున్నాడు తీరిక సమయములో గుహల గోడలపైన, రాతి బండల పైన ఆకుల పసరలు, బొగ్గు, తెల్ల సుద్ద ఎఱ్ఱమట్టి మొదలగు సహజ సిద్ధమైన రంగులు ఉపయోగించి ప్రకృతిలోని జీవజాలం యొక్క స్వరూపములను చిత్రించేవాడు రాను రాను ఆ చిత్రాలు అక్షర రూపముగ మారి మానవుని విజ్ఞాన వికాసములకు తోడ్పడినవి కాబట్టి చిత్రకళ మానవుని విజ్ఞానానికి తల్లి వంటిది

చిత్రకళ శూన్యతత్వమునకు చెందినది "సంగీత కళ" వాయు తత్వమునకు చెందినది "నృత్య కళ" అగ్ని తత్వమునకు చెందినది "శిల్పకళ" భూమి తత్వమునకు చెందినది పంచమహా భూతాంశములు వలన పంచ లలిత కళలు సృష్టింపబడినవి పంచభూతములు వాటి యొక్క రంగులు ఆకాశము నీలవర్ణము, వాయువు ఆకు పచ్చరంగు, అగ్ని ఎఱ్ఱ రంగు, జలము తెల్లరంగు, భూమి పసుపు, నారింజ వర్ణములు అని చెప్పవచ్చును

ప్రతిజీవి హృదయాంతరాళలో పంచభూతములు మరియు పంచ వర్ణములతో సూక్ష్మరూపమున సృష్టి కర్త అయిన కళాకారుడు హంస స్వరూపములో ఇరువది నాలుగు గంటల వివిధ వర్ణములతో వివిధ శబ్దములతో సంచారము చేయును. సృష్టి సితి లయగతులతో హృదయమనే తెరచాటున దాగుండి జీవులను ప్రకృతిని ఆడించుచున్న అద్భుతమైన నాటక కర్త అయిన కళాకారుడు ఉదయం 6 గంటల నుండి 6 గంటల 40 నిమిషాల వరకు ఆధారచక్రమందు పసుపు నారింజ వర్ణము, కుంకమ కాంతితో కింకిణి శబ్దముతో హంస స్వరూపడయిన నాదబ్రహ్మము తీరుగా నడుచును ఆసమయ మందు ఆ వర్ణములతో కలపబడే చిత్రముకాని శిల్పము గాని ఆ శబ్దముతో వినబడే సంగీతము ఆ సమయమందు నాద బ్రహ్మ స్వరూపముతో జీవాత్మ లయ మొంది ఆనందించును

ఉదయం 6 గంటల 40 నిమిషాలనుండి 1 గంట 20 నిమిషాల వరకు స్వాధిష్టానచక్రము నందు శ్వేత వర్ణము, విద్యుత్ కాంతి, వీణా శబ్దముతో నాద బ్రహ్మ హంస స్వరూపమున నడుచును అపుడు శ్వేత వర్ణముతో ఉన్న చిత్రమును చూచిన వీణా వాద్యముల సంగీతం విన్న ఆసమయమున జీవాత్మ పరమాత్మతో లయ మొంది ఆనందించును

మ॥ 1 గంట 20 నిమిషాల నుండి రాత్రి 8 గంటల వరకు మణి పూరక చక్రమందు శ్యామల వర్ణము, రక్తపుకాంతి, వేణు శబ్దంతో పరబ్రహ్మ హంస స్వరూపముతో నడచును. అపుడు నల్లని వర్ణమిశ్రము కలసిన చిత్రమును లేక మురళి వాయిద్యములతో కూడిన సంగీతము, నృత్యము, శిల్పము, చూచిన, విన్ననూ కూడ భగవంతునిలో జీవాత్మ లీనమగుచుండును

రాత్రి 8 గంటల నుండి 2 గంటల 40 నిమిషాల వరకు అనాహతన చక్రంనందు, నీలవర్ణము శాంతి కుంజపు కాంతి, శంఖనాదం, నీల వర్ణచిత్రములు, ఓంకార నాద శబ్దములు కలిగిన లలిత కళను చూచిన, విన్ననూ పరమేశ్వరుని

యందు జీవాత్మ లయమై ఆనందించును

రాత్రి 2 గంటల 40 నిమిషాల నుండి 3 గంటల 46 నిమిషాల 40 సెకన్ల వరకు విశుద్ధ చక్రమందు ఆ పరమశివుడు ధూమవర్ణం మేఘముల, (ఉరుమల రవళి) శబ్దములతో నడుచు చుండును అప్పుడు ఈ వర్ణముతో యున్న చిత్రములను చూచిననూ మేఘముల యొక్క శబ్దం లాంటి సంగీత కళలను చూచిననూ, విన్ననూ మనస్సు పరమాత్మలో కలిసి పోవును భారతీయ లలిత కళలకు ఆధ్యాత్మికతా చింతన వెన్నెముక లాంటిది విదేశీయులు మనదేశమును 600 సం॥లు పరిపాలనచేసి మన ఆధ్యాత్మిక భావననే భగ్నపరిచిరి ఆకారణము చేత నేటి సమాజము అదుపుతప్పి [illegible]స్తవ్యస్తముగా నున్నవి మన [illegible]యందు. కళల యందు, దాగియున్న శాస్త్రీయ రహస్యము [illegible] తెలియకుండా మరుగున పడిపోయినవి మనదేశ వాతావరణమునకు సరిపడని విదేశ ప్రచారముల వలన నేటి యువకులలో మన భారతీయ సంస్కృతి యెడల అభిమానము దేవాలయముల యెడల భక్తి, కళలయెడల విశ్వాసం నశించి అరాచకము ప్రబలి అత్యాచారములు,హత్యలుచేయుటకు జంకు గొంకు లేకుండా పోయినది ఫలితముగా నేటి పరిస్థితి సామాజిక పరిస్థితి అయోమయంగాను రాజకీయంగానుపరిస్థితి సామాజిక పరిస్థితి అయోమయంగాను రాజకీయంగాను అశాంతియుతముగాను తయారయినది

భారతీయ జ్ఞానులైన ఋషులు, శాస్త్రవేత్తలు, విశ్వమానవ శ్రేయస్సుకై లోకకళ్యాణమునకై ప్రకృతి శక్తులను వశపరుచుకొనుటకు వారు నిరంతరము కృషిసల్పిరి వారి అమోఘమైన ఆద్యాత్మక పరిశోధనల ఫలితములే మన సంస్కృతి, వాఙ్మయము, కళలు, శాస్త్రములు మొదలుగునవి వీటిని పరిరక్షించుకోవటం మనందరి కర్తవ్యము ముఖ్యంగా మనం కళాకారులము గనుక పై అంశాలను గుర్తించుకొని, కళలలో భారతీయ సంస్కృతి వారసత్వాన్ని నిలబెట్టాలి

రచన

శ్రీ జి జంగయ్య, దేవరుప్పాల

"DRAKSHARAMAM"
By -Late Sri. Acharya Varada Venkata Ratam
Rajahmundry

నవరంగ్ మెంబర్లు అయిన డ్రాయింగ్ టీచర్సుకు ప్రత్యేకం

బాలల చిత్రకళా బోధనాంశాలు

శ్రీ వెల్లటూరి పూర్ణానందశర్మ

"కళ" అనంతమైనది కళాసృష్టి అంతటా వ్యాపించి యున్నది కనుక కళ దేశకాల పరిస్థితులపై చూపించే ప్రభావాన్నే సంస్కృతి అంటారు కళలు 64 అందులో లలితకళలు మానవ జాతి వికాసానికి, సంస్కృతికి దోహదంచేసి, దేశాల ఆయాయుగాల చరిత్రను సంస్కృతిని, ఆచార వ్యవహారములను, నాగరికతను మనకు తెలియచేస్తున్నది

లలితకళలు ముఖ్యంగా రెండు విధములు 1 దృశ్యకళలు 2 శ్రావ్యకళలు దృశ్యకళలు అనగా మనము కంటితో చూచి ఆనందించేవి శ్రావ్యకళలు అనగా మనం చెవులతో విని ఆనందించేవి దృశ్య కళలు (ప్లాస్టిక్ అర్ట్సు) వీటిలో మరి కొన్ని ఉపశాఖలు ఉన్నవి అవి స్థిర కళలు,చలనకళలు (మోషన్ అర్ట్సు) స్థిరకళలో శిల్పం, చిత్రలేఖనము, వాస్తు, ఫొటోగ్రఫి పేర్కొన తగినవి చలనకళలు తాత్కాలికమైనవి ఇందుకు ఉదాహరణలు· నాట్యము, నాటకము, నృత్యము మొదలైన అభినవ కళలు. శ్రవ్య కళలు ·- కవిత్వము, రచనా వ్యాసంగము, సంగీతము, స్వరరచన, గానము నాదవాద్య సమ్మేళనములు మొద లైనవి

ప్రస్తుతం మనం చిత్ర కళను ప్రాథమిక మరియు ఉన్నత పాఠశాల లలో విద్యార్థులకి ఎలా బోధ పరచ వలెను అనే అంశమును పరిశీలించుదాము

చిత్రకళాచరిత్ర : ఆది మానవుడు భాషకు లిపిలేని రోజులలో తన భావాలకు, ఆశలకు, ఆశయాలకూ ఆలంబనగా చిత్రములు వేశాడు కొండలమీద, బండలమీద, మ్రానులమీద బొమ్మలు చెక్కాడు అప్పుడు మానవుడు తన సంకేతములకై నేర్చిన చిత్రలేఖనం అనేక రూపాంతరములు చెంది నేడొక పరిపూర్ణ చిత్రకళా దశను అందుకొన్నది

చిత్రకళ అభ్యసనం వలన ప్రయోజనములు:- చిత్రకళా సాధన వలన పరిశీలనాశక్తి, జ్ఞాపకశక్తి పెంపొందుతాయి విద్యార్థికి చేయి తిరిగి చక్కని దస్తూరి కుదరటమే గాక, తన వస్తువులను పరిసరాలను పరిశుభ్రంగా వుంచుకొంటాడు చిత్రకళ వలన తన సృజనాత్మక శక్తిని పెంపొందించు కోవటమేకాక, సహృదయత, సరళ స్వభావము, రుజువర్తన, భక్తి అధ్యాత్మిక చింతనకూడా కలుగుతాయి. ఇంకను చిత్రకళా సాధన వలన బాల బాలికలలో, కార్యసాధనలో పట్టుదల అంటే దీక్ష, పనిచేసే, దక్షత కలుగుతాయి.

చిత్రకళలోని సామాన్యరకములు :-
1 రేఖాచిత్రకళ 2 వెలుగు నీడలతో కూడిన చిత్రకళ, 3 వర్ణచిత్రకళ. మొదలైనవి.

ఆయతనములు ప్రతి వస్తువుకు ఒక ఆకారము లేక రూపము వుండి వుంటుంది ఆ వస్తువునకు ఆకారములో పొడవు, వెడల్పు, ఎత్తు లేక లోతు మొదలైన లక్షణములు కలిగి వుంటాయి ఈ లక్షణమలనే ఆయతనములు అంటారు (Dımonsıon) ప్రతి వస్తువునకు రూపానికి తగిన రంగు లేక రంగులు వుంటాయి. లక్షణమలనే ఆయతనములు అంటారు (Dımensıon) ప్రతి వస్తువునకు రూపానికి తగుమ రంగు లేక రంగులు వుంటాయి

చిత్రలేఖనానికి కావలసిన పరికరాలు

ఒక మంచి పెన్సిల్ చక్కగా చెరిగే రబ్బరు, డ్రాయింగు పుస్తకము లేక బొమ్మ వేయటానికి తగిన చార్టు, రంగుల పెట్టె, బ్రష్‌లు, డిష్ డ్రాయింగ్ బోర్డు లేక అట్ట కావలయును. తొలుత డ్రాయింగ్ వేయటానికి సాఫ్ట పెన్సిల్స్ వాడాలి అంటే HB, B, 2B గ్రేడు పెన్సిల్స్ ఇందుకు తగినవి రబ్బర్లలో "అప్సర" (నాన్‌డస్టు) కంపెనీ వారివి బాగున్నవి.

బొమ్మవేసేపద్దతి ·

ముందుగా మనము వేయ దలుచుకొన్న చిత్రాన్ని గురించి బాగుగా ఆలోచించాలి అంటే తాను చిత్రించవలసిన విషయానికి మనసులో రూపకల్పన చేసుకోవాలి ఆ తరువాత ఆ రూపాన్ని పేపరు మీద పెట్టాలి. ఎలా? ముందుగా మనము గీసే గీతలు పై నుండి క్రిందికి, ఎడమ నుండి కుడికి వేయుటము అలవాటు చేసుకోవాలి ఎందుకనగా ఆ గీతలు అలా గీయటము వలన మనము గీసిన గీత చెరిగి పోవటమూ గానీ మసి అవటము జరగదు. పైగా మనము గీసిన గీత పై మరొక గీత గీయటానికి అనువుగా కన పడుతూ వుంటుంది ఈ గీతలు చాలా తేలికగా గీయాలి

తన బావాన్ని పేపరుమీద రూపకల్పన చేసిన తరువాత దానిని 2, 3 సార్లు పరిశీలించి ఆస్కెచ్ సరిగా వున్నది అనుకున్న తరువాత ధృఢముగా చిత్రించు కోవాలి దీనినే నీట్ లైన్ చేయుట అంటాము మనము వేయదలుచు కొన్న చిత్రాన్ని పిల్లలకి నేర్పే టప్పుడు ఒక ప్లాను ప్రకారముగా నేర్పాలి అది వాళ్ళకి సులబంగా అర్ధమయ్యేటట్లుగా వుండాలి ఆ చిత్రాన్ని కొన్ని దశలలోనికి విబజించి, వివరించితే పిల్లలు వేయటం సులభం

ఇక చిత్రలేఖనములోని కొన్ని విభాగాలను పరిశీలించుదాము వీనినే సిలబస్ లోని బోధనాంశాలు అంటారు సృష్టిలోని, సమాజంలోని వివిధ విషయాలన అంశాలనుబట్టి చిత్రలేఖనంలో వాటిని ఈ క్రింది విధంగా విభజించవచ్చును

అవి - **1.** నెచర్ డ్రాయింగ్ (ప్రకృతి సృష్టికిలోని సహజ సంబంధమైన అంశములు) **2.** ఆబెజెక్ట్ డ్రాయింగ్ (వస్తు చిత్రణ) **3** ప్ర్యాట్రన్ డిజైన్ (అలంకారిక చిత్రకళ) **4.** ఫ్రీ ఇలస్ట్రేషన్ (స్వేచ్ఛా భావ చిత్రణ) **5** లెటరింగ్ (అక్షరముల చిత్రణ) **6.** ఆర్టిక్రాఫ్ట్సు (హస్తకళలు) **7.** పెయింటింగ్ (వర్ణ చిత్రణ) **8.** ఆర్టు అప్రిసియేషన్ (కళాస్వాదన) **9.** ఫిగర్ డ్రాయింగ్ (మానవాకృతి చిత్రణ) **10.** కార్టూన్స్ మరియు కారికేచర్ (వ్యంగ్య చిత్రణ)

ఇక వివరణలు -

1. నేచర్ డ్రాయింగ్:- ప్రకృతిలో మనము చూచే పశువులు, పక్షులు, పూవులు, కూరకాయలు, పళ్లు మొదలగు వాటి రూపాలకి సంబంధించిన అంశము లను చిత్రించుట. పశువులలో మనకు సుపరిచితమైన కుక్క, పిల్లి, ఆవు, మేక, గొర్రె, ఏనుగు, గుర్రము, ఒంటె మొదలైన జంతువులు పక్షులలో మనము రోజూ చూచే కాకి, పిచ్చుక, కోడి, బాతు, పావురము ఇంకను అల్పజీవులైన సరీసృపాలు—పాములు, తేళ్ళు మిడత, జల చరాలైన చేపలు, నత్తలు వగైరా చిత్రించ వచ్చును ఈ నేచర్ డ్రాయింగ్ వలన సామాన్యశాస్త్రమును అవగాహన చేసుకోటానికి అవకాశం ప్రయోజనము ఉన్నది

2. వస్తు చిత్రణ:- మనము ప్రతిరోజు వాడుకొనే వస్తువుల ఆకారాలను, వివిధ భంగిమలలో చిత్రించుటయే ఆబెక్టు డ్రాయింగ్ సామాన్య వస్తువులైన గ్లాసు, పళ్ళెము, కప్పు సాసరు, టేబుల్, కుర్చీ, బల్ల, పలక, పుస్తకము, పెట్టె, ఆడుకునే బంతి, బ్యాట్, బొంగరము, సీసా, గరాటు, ప్లాస్కు మొదలైన వస్తువులు రూపాలను సులభంగా వేయగల్గుతారు వీటిని వెలుగునీడలలో వేయించాలి

3. ప్యాట్రన్ డిజైను - అలంకరణకు ఉపయోగపడే లతలు మొదలైన డిజైన్లు ఈ అంశములో నేర్ప వచ్చును ఇవి రెండు రకములు ఒకటి ఫ్రీహ్యాండ్‌గా వేసేవి ఉదా సహజమైన పూలు, లతలు వగైరా రెండవది ప్యాట్రన్ డ్రాయింగ్ జామెట్రీ పరికరములతో వేసే నమూనాలు అనగా ఫ్లోరింగ్ టైల్స్, మొజాయిక్ డిజైన్లు వగైరా వీనికి మన గణితశాస్త్రములోని, త్రిభుజాలు,వట్టకాలు, చతురస్రాలు, వృత్తాలు, షడ్భుజాల ఆకారములు, ఉపయోగించవచ్చును ఇందువలన పాఠశాల విద్యార్థినీ, విద్యార్థులు జ్యామెట్రీ లెక్కలను సవ్యంగాను సులభంగాను అవ గాహన చేసికొని నీటుగాను చేయగల్గుతారు

4 ఫ్రీ ఇలస్ట్రేషన్ (ఊహ చిత్రణ) - ఇందులో బాల, బాలికల చేత స్వేచ్ఛగా తమ మనోభావాలను చిత్రింప జేయవచ్చును. అంటే మనము నిత్యము చూసేవి, చేసే పనులను చిత్రించటము అనగా ఇల్లు, స్కూలు బజారు మార్కెట్ గ్రామము మొదలుకొని, మన అనుభవాలను, అనుభూతులను, ఆశయాలను చిత్రించే అంశమిది ఇందులో పిల్లలకు చేతనయిన పద్ధతిలోనే ఇంటి వాతావరణము నుండి స్కూలు వాతావరణము బాహ్య వాతావరణంలో సహజమైన ప్రకృతి దృశ్యాలను చూసి గానీ మెమరీ డ్రాయింగ్‌గా గానీ చిత్రింప జేయవచ్చును ఇది బాలబాలికలకు చాలా ఇష్టం చిన్న చిన్న పని పాటలను, ఆటపాటలను అనుభవములో ఉన్నవి. కనుక వాటిని చిత్రింప చేయుట సులబము ఇందుకు మానవా కృతులను సులభముగా నేర్పాలి, ప్రకృతిలోని సహజ వరములను కూడా నేర్పాలి.

5.లెటరింగ్:- అక్షరములను అందముగా వ్రాయుట ఒక గొప్ప కళ శీర్షికలను ఆకర్షణీయముగా వ్రాయడానికి ఈ కళాంశము తోడ్పడుతుంది చక్కటి లెటరింగ్ నేర్చుకొంటే మనకు కావలసిన రికార్డులను పోస్టర్లు బ్యానర్లు వెల్‌కమ్ మొదలైనవి, సైన్‌బోర్డులు, నోటీసు బోర్డులు, డిస్ప్లే బోర్డులు చిత్రించవచ్చును పిల్లలుచేత మాతృ భాష తెలుగు, జాతీయ భాష హిందీ లోనూ మరియు ఆంగ్లబాష లోను చిన్న చిన్న మాటలను లయబద్ధంగాను అందముగాను అలంకారికముగాను ఒక క్రమ పద్ధతిలోను వ్రాయించవలెను.

6. ఆర్టి క్రాఫ్ట్స్ - చిత్రలేఖనములో హస్తకళలు కూడా ఒక భాగమే ఇది కూడా గృహఅలంకరణకు ఉపయోగ పడేదే ఇందులో పిల్లల చేత రంగు, రంగుల కాగితములను అందమైన అలంకరణ డిజైనులుగా కత్తిరించటము, పూలు, దండలు తయారు చేయించటము, పొటాటో ప్రింటింగ్, స్టెన్సిలింగ్, కొలాజ్, వివిధ నిరుపయోగమైన వ్యర్ధ వదార్ధములతో చిత్రాలను, బొమ్మలను తయారు చేయుట కలర్ స్ప్రేయింగ్, మార్బ్లింగ్, కుట్లు, అల్లకలు ఎంబ్రాయిడరీ, బాతిక్ ప్రింటింగ్ ఈ కోవకు చెందినవే

1. పెయింటింగ్స్ తయారు చేయుట - పిల్లలకి డ్రాయింగ్ చేయటము చక్కగా కుదిరిన తరువాత వాటికి రంగులు వేయించుటము వలన వారికి కలిగిన చిత్రకళాభిలాష అభిరుచి మరింతగా పెంపొందించు కొనగల్గు తారు తన చిత్రమువలన తనకు తృప్తి, ఆనందము కల్గుట మాత్రమేకాక చూచేవారికి కూడా ఆనందము పంచ గల్గుతాడు అభినందనలు పొందుతారు

ఇందుకు కొన్ని రంగులు, బ్రష్‌లు తదితర పరికరములు కావలెను మొదట రంగులలోని రకములనుతెలుసుకుందాం!

అవి -

1 వ్యాక్సకేయాన్స్(మైనపురంగులు) ఆయిల్ ప్యాస్టిల్స్, ఇవి 2,3,4,5 తరగతులు చదువుకొను విద్యార్థులకు ఉపయోగపడును

వాటర్ కలరు కేక్స్' వాటర్ కలరు ట్యూబ్స్ : ఈ రెండు రంగులను నీటి తోకలిపి పేపరుమీద బ్రష్‌తో వెయ్యాలి ఇవి ఆరు, ఏడు, ఎనిమిది తరగతుల విద్యార్థులకు ఉపయోగపడును

పోస్టర్‌కలర్సు: ఇవికూడా నీటితో కలిపి వేసే కాంతివంతమైన రంగులు ఇవి తొమ్మిది, పది ఆపై తరగతుల విద్యార్థులకు పోస్టరు కలర్స్ ఉపయోగకరము

ఆయిల్ కలర్సు . ఆకర్షణీయంగా వుంటాయి ఇవి తైలవర్ణములు అనగా లిన్‌సిడ్ ఆయిల్, టర్పెంటైన్ లతో కలిపి కేన్వాస్ మీద వెయ్యాలి ఇవి చిత్రకళలో అభివృద్ధి చెందిన ఔత్సాహిక యువ జనచిత్ర కళాకారులకు ఉపయోగపడును

ఇక బ్రష్‌లలో కూడా రెండు రకములు ఉన్నవి అవి 1) నీటి రంగులు వేయుటకు స్క్విరల్, సాబిల్ హెయిర్ బ్రష్‌లు ఉపయోగపడును

2) ఆయిల్ కలర్సు వేయటానికి హా . పోనీ హెయిర్,బ్రష్‌లు ఉపయోగపడతాయి సాబిల్ హైరు బ్రషులు కూడా వాడుతారు ఈ "పెయింటింగ్" లోను అంశములను "యస్ యు పి డబ్ల్యు" స్కీము క్రింద చిన్న గ్రీటింగ్ కార్డులను కూడా తయారు చేయించ వచ్చును

8) ఆర్టు అప్రిసియేషన్ :-పిల్లలచేత ఆర్టు అల్బములు తయారు చేయించుట స్టాంపు కలక్షన్, ఫొటో కలక్షన్, శిల్పములు, చారిత్రక కట్టడముల చిత్రములను, ఫోటోలు సేకరించుట, వానితో అల్బమును తయారుచేయించుట ప్రధానాంశము ఇంకను బాలలకు భారతీయ చిత్రకళ యొక్క ఔన్నత్యాన్ని విశేషాలను భిన్నత్వాన్ని గురించి తెలియచేయటము వాంఛనీయము విశ్వవిఖ్యాతి చెందిన అజంతాలోని అపురూప చిత్రాలు లేపాక్షి వర్ణ చిత్రాలు, ఎల్లోరా బేలూరు, అమరావతి నాగార్జున కొండశిల్పాలు కాకతీయ శిల్పకళల యొక్క గొప్పదనము గూర్చి చెప్పటము అవసరము ఇంకను మన ప్రాచీన, అర్వాచీన భారతీయ చిత్రకారుల గురించి, ఆంధ్రచిత్రకారుల గురించి, సమకాలీన చిత్రకళా వైభవాన్ని గురించి పిల్లలకు సోదాహరణగా వివరించటము మంచిది అంతేగాక చిత్రకళలో అభిరుచి గలవారికి దీనిలో ఫైన్ ఆర్టు కాలేజిల గురించి వాటి డిప్లొమాలు, డిగ్రీల గురించి, ఆయా కోర్సుల విలువలను గురించి వివరించటము అవసరము ప్రతి సంవత్సరము బాలలు వేసిన చిత్రాలను, బొమ్మలను పాఠశాల వార్షికోత్సవము సందర్భముగా చిత్రకళా ప్రదర్శనము ఏర్పాటు చేయుట మంచిది

9) మానవరూప చిత్రణ : దీనినే ఫిగర్ డ్రాయింగ్ అంటాము అంటే మానవ శరీరములోని బాగములను వివిధ అవయవముల స్వరూప స్వభావములను, ఆకృతిని చిత్రించుట: బాలలచేత తొలుత విడివిడిగా ముక్కు, కన్ను, నోరు, చెవి, ముఖము, మెడ, కాళ్ళు, చేతులు, నడుము, పాదములు గీయించాలి, తరువాత క్రమముగా శరీరము మొత్తమును చిత్రింప చేయాలి. మానవాకృతి వేయటం వచ్చిన తరువాత యాక్షన్‌డ్రాయింగ్ వేయించాలి అనగా మానవుడు నిలబడినట్లుగాను, స్త్రీ పురుషులు కూర్చున్నట్లుగాను, నడుస్తున్నట్లు, పరుగెత్తుతున్నట్లు, దూకుతున్నట్లు, పనిచేస్తూ యున్నటుగాను మరియు వివిద పనులు చేయుచున్నట్లుగా వేయించాలి దీనితో శరీరశాస్త్రం (అనాటమి) తెలుస్తుంది దానివలన శరీర భాగాల ప్రపోర్షన్సు, మజిల్సు, బోన్సు గురించి తెలుసుకోవటం జరుగుతుంది

10) కార్టూన్సు మరియు కారికేచరు వ్యంగ్య చిత్రణ కూడా చిత్ర లేఖనములో ఒక భాగమే! పిల్లలకు కలిగే సున్నితమైన హాస్య బావాలను సునిశితమైన వ్యంగ్యంగా చిత్రింప చేయడం దీని లక్ష్యము చిన్నచిన్న కథలను, హాస్యగాధలను కూడా ఈ అంశములో చిత్రించు టను ఒక భాగమే ఇందులోని బాగమే నేడు ఏనిమేషన్ కళ! పంచతంత్ర గాధలు ఇందుకు బాగా ఉపకరిస్తాయి

పిల్లలు చిత్రించటానికి తగిన కొన్ని సాదారణభావాలు:- (ఊహాచిత్రాలు) 1) బడికి వెళ్ళే బాలుడు, బాలిక 2) మాయిల్లు. 3) పోస్టాఫీసు. 4) పోస్ట్‌మెన్ 5) ట్రాఫిక్ పోలీసు. 6) బెలూన్ సెల్లర్. 7) గాలిపటాలు ఎగురవేస్తున్న బాలురు 8) బంతి ఆట ఆడుచున్న బాలురు 9) రోప్ స్కిప్పింగ్ ఆడుతున్న బాలికలు 10) టెన్నికాయిట్ ఆట 11) బ్యాట్‌మెంటన్ 12) క్రికెట్ 13) సంక్రాంతి - హరిదాసు- గంగిరెద్దు 14) కారు లేక టాక్సీ

15) స్కూలు భవనము బస్సు 16) జండా వందనము 17) బొంగరముల ఆట 18) గారడి 19) సర్కస్ 20) నృత్య ప్రదర్శన 21) హరికథ, 22) బుర్రకథ 23) దేవాలయానికి వెలుతున్న తల్లి, పిల్లలు 24) నాగలితో పొలము దున్ను రైతు 25) కుప్పకట్టలు (గడ్డి మోపులు) తెస్తున్న స్త్రీలు 26) రైల్వే స్టేషన్‌లో-పెట్టెలు మోస్తున్న కూలి 27) చాకలి, 28) కుమ్మరి, 29) కమ్మరి మొదలగు కుటీరపరిశ్రమలు 30) సంత, 31) తిరునాళ్ళు 32) దీపావళి మొదలైన పండుగలు 32) ప్రకృతి దృశ్యములు (సీనరీలు) 33) జంతు ప్రదర్శనశాల (జ్యూ) మొదలగునవి 34) పుట్టినరోజు వేడుకలు 35) పెళ్లి పేరంటాలు 36) పరిశ్రమలు 37) భవనాలు 38) పడవలు 39) వాహనాలు 40) పౌరాణిక గాథలుమొదలైన వివిధ అంశములు చిత్రించవచ్చును ఇందుకు గాను ఉపాధ్యాయుడు ముందుగా తన స్కెచ్‌బుక్‌లో బొమ్మలు, నమూనాలు వేసుకోవాలి కథాచిత్రాలను పంచ తంత్రం మొదలైనవి ఉదాహరణ వేసు కోవాలి ఆ తర్వాత కొన్ని పత్రికలలో వచ్చే ప్రింటెడ్ బొమ్మలు పిల్లలకి చూపించాలి ముందు పెన్సిల్‌తో వేయించి రంగులు దిద్దించాలి అందుకు విద్యార్థులు ఈ బావాలు వెయ్యలేక పోయినా నిజమైన కళాభిమానువైన విద్యార్థులకి అయినా ఉపయోగ పడుతాయి వీరు వేసిన చిత్రాలను స్కూలులో డిస్ప్లే బోర్డులో ప్రదర్శించుటమేగాక, వివిధ పోటీలకి, ప్రదర్శనలకి పంపించి ప్రోత్సహించాలి ఇందుకు తోటి ఉపాధ్యాయుల సహనము, తల్లి దండ్రుల సహకారము, ప్రధానో పాధ్యాయులు, యాజమాన్యపు ప్రోత్సాహము కావాలి అప్పుడే చిత్రకళావిద్య రాణింపగలదు తోటిఉపాధ్యాయులు కూడా విధ్యార్థులకూ చిత్రలేఖనము వివిధ సబ్జెక్టులకు ఉపయోగ పడుతుందనే స... చెప్పాలి అందువలన ప... సాహిత్యాంశాలకు సంబంధించి ... మ్యాప్‌లను చక్కగా వేయుగలుగుతారు అందువలన విద్యార్థులకు ఆయా అంశాలలో మార్కులు కూడా పెరిగే అవకాశం ఉన్నది

By: Sri B.S Chauhan, Panipat

Pongal Greeeting card
by Sri Ch Srinivas, Kamareddy

End of the childhood
by Sri V.S.N. Vempatapu , Tanuku.

1) Lalit Kala Akademi
Rabindra bhavan
New Delhi-100 001,
Organises National Exhibition of Etc

2) ULICHNA "(ALL INDIA CHILD-ART
Art Foundation) B6/25, Near
Resort Hotel, 22 No, pqahak PATIALA (PO)
Pin 147001, Punjab

3) KSHITIZ, Art Society,
H No 642, Sector-4,
U E GURGAON-122 001, Haryana
Secretary Sri Narendar Mehta

4) Young Enuoys International,
139, Kakatiya Nagar,
HYDERABAD-500 008, A P
Chief Partern Sri B A Reddy

5) Konaseema Chitrakala Parishad,
Co-operative Colony, AMALAPURAM
Pin 533 201, East Godavari Dt, AP
Secretary Sri K Seetha Rama Swamy

6) Korasala's Wonder Art World
Co-Operative Colony, Amalapuram (Po)
Pin 533201 E G.Dt (A P)
Branch Hyderabad
Convenor Sri K V K. Kaladhar

7) Rajahmundry Chitrakala Niketan,
Near Chinna Gandhi Statue, H No 46-10-27,
Danavaipet, RAJAHMUNDRY,
East Godavari Dt, A P Pin 533103
Hon Secretary Sri T Mrutyunjaya Rao

8) Prathima Art Society, All India Youth and
Child Art Exhibition,
Redla Bazar, Gandhi Street,
Koritipadu, Guntur-7
Bimoqnonthly Sri P Prabhakar
Secretary and Editor Chitrakala,

9) Pullaiah Kala Nilayam
2-10-71/1, Ganesh Street, Jangoan (Po)
Pin 506167, Warangal, Dt (AP)
Secretary Sri M Rajendra Prasad

10) All India Fine Arts and Crafts Society,
Rafi Maig, NEW DELHI-110 001
Conducts Annual Art Exhibitions Etc

11) Camlin Art Foundation,
Southern Region Art Exhibition, C/o Camlin
Limited, No 38-18, Ist Floor 2nd Cross,
Industrial Suburbs, Yeshwanthpur,
Bangalore-560 022

12) Chitrakala Samsad, (State Level Art
Exhibitions), 20/21-1,
Frenchpet, Machilipatnam-521 002 AP
Org Secretary Sri I V Rao

13) The Galleria Art Club,
(All India Exhibition of Art),
18-70-11, Kotha Sali Peta,
Visakhapatnam-530002
Convenor Sri G C Sekhar

14) Lalit Kala Parishad
D No 18-70-11, Kotha Sali Peta,
Visakhapatnam-530002
Hony Secretary Sri G Kanna Rao

15) Chitra Kala Parishad
Shipyard Colony,
Gandhinagar, (PO), Visakhapatnam-530 003
Secretary Sri S Chalapathi Rao

16) Vijaya Informations (All India Child Art
Competitions) 21-16, Sarada Nagar,
P&T Colony (GAD) Dilshuknagar,
HYDERABAD-500 060
Fomder Sri K. Sunder Kumar
Asst Proffesson JNTU

17) Andhra Academy of Arts
Near. Sai Mandir,
Mutyalampadu, Vijayawada-52 011,A P.
Hony Secretary Sri M V Saibaba

18) Devi Chaitanaya Memorial Child Art
Competitons
C/o S V Bala Kuteer,
Syamala Nagar, Guntur-6, AP
Secretary Dr N Mangadevi

19) 'The Art People" Exhibition Committee,
B, 11/645, Nehru Vihar
Dayalpur-Delhi-94,
Secretary Sri Satya Prakash Sharma

20) Awantika International Child Art
Copetitions 86/ 4,3/14B
Shiadipuram, Koralbagh DELHI-05
Secreiry Mr Sanjay Aggarwal.

21) The Goka's Art Society, 7/16, Narasampet,
Pin.506132, Warangal Dt. A P
Secretary Sri G Nageswara Rao

22) Hyderabad Art Society
C/oExhibition Society grounds
Mukharamjahi Road,
HYDERABAD-1 A P

23) Young Indians(National Drawing and
Painting Competitions), C/o Ashirwad
Meternity Nurshing Home, Near Bldg, No 30,
D N Nagar Andheri (W)
Mubbai-400058
President Dr Satish Kelshikar

24) Very Special Arts India,
C 418,Defence Colony, New Delhi
Pin 110 024

25) The Director,
South Central Zopne Culture Centre
56/1, Civil Lines Nagapur-1 Maharastra
(Conducts All India Art Exhibitions)

26) Working Artists of Varanasi, Plat
No, 284/1 Mahamanapuri Colony,
I T I Road VARANASI-221 005
Conducts All India Art and Exhibitions
Secretary Sri S N Verma

27) The Indian Academy of Fine Arts,
Madan Mohan Malaviya Road,
AMRITSAR-143 001, Punjab,
Office Secretary Sri Virsingh Randhawa

28) Lalit Kala Samithi
Siddipeta PO, Medak Dt, AP
Conductors AP State Level Art Exhibitions
For Artistys and Children also
President Sri K Rajaiah, Artist

29) Navarang Chitrakala Niketan,
(Vellatur Art Society),
7/2, Chandra Mouli Nagar,
GUNTUR-520007 AP
Conducts All India Child Art, Amateur
Art Exhibitions and Regional Art
Exhibitions and Regional Art
Exhibitions Since 1970-71 Founder and
Secretary Sri Vellaturi Poornananda Sarma
(Conducts Child Art School at Guntur-7)

30) Lalita kala Kendra
C/o Agriculture College
Bapatla (Po) Guntur (Dt)
Conducts: Annual Art Exhibitions
Secretary. Sri Ulchi Artist.

31) Ankala Art Academy,
C/o Vani Tutorial College,
Bhimavaram (Po) W G Dt,

32) Free World Art Books Library
5-147,R.T C Colony,
Behind Padmavathi Nagar, Dharma Puri Road,
Vizainagaram-535002
Hony Secretary Sri P Raghundha Raju
(Retd Teacher)

33) Lalitha kala Kshetram,
C/o P S R Telugu University Nampalle
Public Gardens Hyderabad-500 004. A P
Organises State Level Art Echibitions
External Service Registai (I/C)
Sri R Veerabhadra Rao

34) Lalit Kala Academi
Regional Centre, 170, Greams Road,
Chennai-6, TN
Organise Art Exhibitions
Reg Secretary RM Sri Palaniappan

35) "Shankha", All India Childern's Art
Competitions 69, Bhalamathadri Road,
Lalbagan, Beltolina, (Po)
Chandere Nagore West Bengal, Pin 712136

36) National Drawing & Painting Centre,
Pin 742236 C/o Child Art College,
Subhaiun, NTPC, Farakka, F H Qt No1/110,
Nabarum (Po) Murshidabad, Dt, W B

37) Ulhina Art Asson,
B,6/25, New Resort Home,
20 No Phathak, PATIALA-1

38) Saroj Art & Culture Society
Post Box No.106,
27, K 209 Mihalvihar, Near International
Public School, Naglod, Delhi-110041
Secretary -Rajnigupta,

39) Tamil Nadu Ovia Nankalaikuzhu,
C/o Govt, Museum Campus, Patrthean
Road, Egmore, Chennai T N-600 008
Organises Exhibitions of T N Artists in other
states Exhibitions of Artists of other states in
Tamil Nadu Annual Artists camps of different
regions, and external financial admits ... man-
shoos etc

40) Bapiraju Kala Peetham,
Redla Bazar, Stabhalagaruvu,
GUNTUR-522006!
Secretary Sri S Vijay Kumar

www.ingramcontent.com/pod-product-compliance
Lightning Source LLC
LaVergne TN
LVHW020005230825
819400LV00033B/1024
* 9 7 8 1 0 2 2 2 3 2 0 8 2 *